જાદુઈ જિંદગી

દૈનિક ઉત્સાહની ચાવીઓ

ડૉ. નિરવ પી. દેસાઈ (નેચરોપેથ)

INDIA • SINGAPORE • MALAYSIA

ISBN 979-8-89133-937-8

અર્પણ

મારા પ્રેમાળ માતપિતા, આદરણીય ગુરુજનો, વ્હાલી બહેન તથા પ્રિય પત્ની.
મારા પરિવારજનો, મિત્રો તથા કાર્યસાથીઓ. મેં જે કંઈ પણ સિદ્ધિ હાંસલ કરી
છે એમાં તમારા અખૂટ પ્રેમ અને અકલ્પનિય મદદનો પાયો છે.

હું સમગ્ર વિશ્વ (સૂર્ય, વાયુ, જળ, આકાશ, ધરતીમાતા) ને વંદન કરું છું
સહુનો ખુબ ખુબ આભાર માનું છું.

લેખકનો પરિચય

નિરવ પ્રવીણભાઈ દેસાઈએ ભાવનગરની એક એન્જિનિયરિંગ કૉલેજમાંથી કોમ્પ્યુટર એન્જીનીયરીંગમાં સ્નાતકની ડીગ્રી પૂર્ણ કરી અને ત્યારબાદ અમદાવાદની એન્જીનીયરીંગ કૉલેજમાંથી ઉચ્ચ ડિગ્રી મેળવી. ચારેક વર્ષ જેવું ભાવનગરની એક આઇટી કંપનીમાં કામ કર્યા પછી, બીજી એક આઇટી કંપનીમાં પાર્ટનરશિપ તરીકે જોડાયા, જ્યાં તેઓ હાલમાં કામ કરે છે. આ સમય દરમિયાન, તેમણે નેચરોપેથીમાં રસ કેળવ્યો અને પોતાના વિકેન્ડના સમયનો સદુપયોગ કરવા તેઓ નેચરોપેથીમાં જોડાયા, નેચરોપેથીમાં લોકોને કોઈ પણ જાતની દવા વગર રોગથી કઈ રીતે બચી શકાય (અલબત્ત રોગથી તદ્દન કેમ દૂર રહેવું) તેના માટેની અલગ અલગ પદ્ધતિઓ, થેરાપીઓ, એકિટવિટી અને કસરત તથા યોગનું જ્ઞાન પૂરું પાડવામાં આવે છે. નિરવ આ જ્ઞાનને શક્ય તેટલા વધુ લોકો સાથે શેર કરવાની આશા રાખે છે. તેઓના મનપસંદ વિષયોમાં લિડરશિપ, આધ્યાત્મિકતા, સમય-કાર્ય-વસ્તુનું આયોજન (મેનેજમેન્ટ) અને નેચરોપેથ વગેરેનો સમાવેશ થાય છે.

તે સ્ટ્રેસ રિલીફ પ્રવૃતિઓ અને રૂટિન મેનેજમેન્ટ ઉપર સેશન લે છે. આ સેશનમાં વિવિધ પ્રવૃતિઓ, અભ્યાસો અને હળવી રમતો (ગેલ ગમ્મત) નો સમાવેશ થાય છે જે વ્યક્તિઓને તેમના જીવનમાં તણાવ ટાળવામાં મદદ કરે છે અને એ લોકો ખરેખર ખુબ ખુશ થઈને જાય છે. એ દરેક સેશન લેવા પાછળનો બીજો હેતુ એ પણ છે કે તેમને દરેક વિષયોના જ્ઞાનમાં કંઈકને કંઈક વધારો થાય. એ જ્ઞાન લોકોને પીરસતી વખતે તેઓ પણ તે જ્ઞાનના સ્વાદને માણે. મારુ શીખવાનું હજુ પણ શરૂ જ છે એવું તેમનું કહેવું છે.

પ્રસ્તાવના

જો આપણે આપણા રોજિંદા જીવનમાં નેચરોપેથીના અભ્યાસોનો સમાવેશ કરીએ, તો આપણી પાસે શારીરિક અને માનસિક બંને પ્રકારની સુખાકારી જાળવી રાખવાની ક્ષમતા છે. હું માનું છું કે ખોરાક માત્ર નિર્વાહ નથી પણ દવાનું એક સ્વરૂપ છે, જેને હું પ્રસાદ તરીકે ઓળખું છું, અને આપણા શરીરને પવિત્ર મંદિર તરીકે ગણવામાં આવવું જોઈએ.

આ સમગ્ર યાત્રા દરમ્યાન મેં એક ખાસ અવલોકન (ઓબસર્વેશન) કર્યું, (મને દરેક બાબતમાં ઊંડાણપૂર્વક અવલોકન કરવાની વૃત્તિ છે) અને ખ્યાલ આવ્યો કે લોકો શારીરિક રીતે તો બીમાર છે જ પરંતુ એક એવી બીમારી લઈને જીવે છે જેનો એમને ખુદને પણ ભાગ્યે જ ખ્યાલ હશે. અને એ છે માનસિક બીમારી.

ઘણી વખત આપણને પેટમાં, માથામાં કે છાતીમાં દુખાવો થતો હોય છે અને આપણે ડૉક્ટર પાસે જઈને નિદાન કરાવીએ, ત્યારે ખબર પડે કે રિપોર્ટમાં તો બધું સાવ નોર્મલ છે. કેમ કે હકીકતમાં એ ચિંતા, માનસિક તણાવ, નિરાશા વગેરેને લીધે થતું હોય છે.

જેના કદાચ અન્ય પરિબળો હોઈ શકે, પરંતુ મને જે મુખ્ય પરિબળ લાગ્યું તે છે આપણા વિચારો (નકારાત્મક વિચારો). આ નકારાત્મક વિચારો ખોટી ધારણાઓ તરફ દોરી જાય છે. આ ખોટી ધારણા કે પાયાવિહોણી શંકાઓને દૂર કરવી મહત્વપૂર્ણ છે. આ ખોટી ધારણાઓને લીધે પોતાના જીવનમાં ઘણીબધી મુશ્કેલીઓ (ક્રોધ, હતાશા, ઈર્ષા, દ્વેષ, બધી વાતમાં ના કેહવાની ટેવ) શરૂ થાય છે અને એનો અંત જ નથી આવતો. નકારાત્મક વિચારો માણસ ના મગજમાં એ રીતે ઘર કરી જાય છે જેનાથી એને કોઈ પણ સારી બાબત સૂઝતી નથી.

આપણામાં રહેલી ખાસ આવડત, આપણી છુપી શક્તિઓને આપણે જોઈ શકતા નથી. અને ત્યાં સુધી કે જ્યાં સુધી આ નકારાત્મક વિચારોના ઘેરાયેલા વાદળો દૂર ના થાય.

"આ નકારાત્મકતા આપણામાં શા માટે આવી જાય છે? અને એનો ઉકેલ શું છે?"

ખાલી મગજ સતત નકારાત્મક વિચારોથી ભરાઈ જાય છે. ગુસ્સો, ઈર્ષા, બદલાની ભાવના વગેરે પરિબળો આપણા મગજને નકારાત્મક વિચારો માટે પ્રેરે છે. હંમેશા પોતાના કાર્યમાં વ્યસ્ત રહો, નવરા માણસને નકારાત્મક વિચારો ઝડપથી વળગી જાય છે.

તેના ઉકેલ માટે, આપણા મગજને સતત હકારાત્મક વિચારો જ આપો. જેવા તમને નકારાત્મક વિચારો આવે કે તરત જ તમારા મન ને સંકેત મોકલો, વિચાર બદલો (સંકેત આપવા માટેની એક્સરસાઇઝ આ પુસ્તકમાં આગળ આપી છે, જે તમને ખુબ ઉપયોગી થશે.) અને હકારાત્મક વિચારોનો મારો ચલાવો. ઈશ્વરનું સ્મરણ કરો. આધ્યાત્મિક શક્તિ તમને ખુબ મદદ કરશે. ઊંડા શ્વાસ લ્યો, એકદમ શાંત થઈ ને ચહેરા પર એક સ્મિત લાવો.

આ પુસ્તકમાં આગળ અલગ - અલગ અભ્યાસો (એક્સરસાઇઝ) જોવા મળશે જે તમને હકારાત્મકતા કેળવવામાં મદદરૂપ થશે. કદાચ તમને એ અભ્યાસો નાના બાળકો માટેના હોય એવું ફીલ થાય તો જેમ બાળક નાનું હોય છે ત્યારે એને કોઈ બાબત નો ખ્યાલ હોતો નથી અને એકદમ નિખાલસ હોય છે બસ એમ જ આપણા બધામાં આપણી અંદર એક બાળક તરીકેનો ભાવ જીવંત રાખવાનો છે. તમામ અભ્યાસો ખુલ્લા મનથી કરજો.

આપણા જીવનમાંથી નકારાત્મકતાને દૂર કરવાની ચાવી આપણી પાસે છે. તમારે બસ જીવનમાં હકારાત્મક વલણને અપનાવવાનું છે. એ અઘરું બિલકુલ નથી અને પ્રયાસ છોડવાનો નથી. હું ખાતરી આપું છું કે આ અભ્યાસો કરવાથી તમે માત્ર થોડાક જ દિવસોમાં ખુબ જ સારું અનુભવ કરવા લાગશો અને આ તમારું એક સુંદર રૂટિન બની જશે. નકારાત્મક વિચારો દૂર કરવા માટે યોગ્ય ઉપાય છે કે એને હકારાત્મક વિચારો થી બદલી દો બસ.

"હું આ નહિ કરી શકું ના બદલે, આ મારાથી થશે, આ હું સહેલાઈથી કરી લઈશ આમ આત્મ-વિશ્વાસ સાથે બોલો"

તમારા જીવનમાં હકારાત્મક વિચારોને એ હદે ભરી દો કે નકારાત્મક વિચારો માટે જગ્યા જ ના બચે. આપણે અનેક પુસ્તકો વાંચ્યા હશે, જેમાં ખુબ બધા લેખકો એ આ બાબતને સારી રીતે વર્ણવી છે અને ઉપાયો પણ આપ્યા છે. એક સહજ માનવ વૃત્તિ છે કે પુસ્તકો વાંચ્યા પછી આપણને થોડો સમય સુધી જુસ્સો રહે છે. વળી પાછા આપણે આપણા જૂનાં રૂટિનમાં આવી ગયા અને જો જીવનમાં ના ઉતાર્યું તો એ કોઈ પણ કામનું નથી. પુસ્તકો ખાલી વાંચવા જરૂરી નથી, પરંતુ આપણાં જીવનમાં મહદ અંશે પોઝિટિવ બદલાવ આવે અને એનાથી આપણા જીવનમાં સતત યોગ્ય સુધારા થતા રહે એ મહત્વનું છે.

પરંતુ તમારે કોઈ ચિંતા કરવાની જરૂર નથી. આ પુસ્તકમાં જ્ઞાન સાથે તમને રસ પડે તેવા ખુબ બધા અભ્યાસો પણ આપ્યા છે. આ અભ્યાસો તમે કોઈ પણ સમયે કરી શકો છો અને મને ખાત્રી છે કે એ કર્યા પછી તમારા ચહેરા પર સ્મિત હશે, તમે એકદમ પોઝિટિવ એનર્જી અનુભવશો અને આ પુસ્તક તમારું ખાસ દોસ્ત બની રહેશે.

વધુમાં, આપણી આસપાસની વસ્તુઓ અને લોકો પણ આપણને સારા વિચારો રાખવા અને તેમને વિકસિત કરવામાં મદદ કરી શકે છે. કેટલીકવાર, આપણી આસપાસના લોકો અને વસ્તુઓને કારણે આપણે ખુશી અને હકારાત્મકતા અનુભવીએ છીએ.

અલબત્ત અમુક લોકોના આગમનથી આપણને ખુબ જ હકારાત્મકતા અનુભવાય છે, તો કેમ આપણે પણ એવા ના બનીએ, અને એ વલણ આપણે જ આપણામાં કેળવીએ. આ પ્રક્રિયામાં મહત્વની વાત તો એ છે કે જેવું આપણું વલણ હકારાત્મક થતું જશે તેમ તેમ આપણે આપમેળે હકારાત્મક વલણ વાળા લોકોની નિકટ આવી જશું. એવું તમે પણ જાણે અજાણે અનુભવ્યું હશે, કે ઘણી વખત આપણે કેટલા પણ નિરાશ કે હતાશ હોઈએ પરંતુ કોઈ એવી વ્યક્તિ, વસ્તુ કે જગ્યા ના સંપર્કમાં આવવાથી આપણા ભાવમાં તરત બદલાવ આવે છે, અને પછી અચાનક, તમે ફરીથી સારું અનુભવવા લાગો છો. આ દરેકનાં મૂળમાં રહેલું છે હકારાત્મક બીજનું વાવેતર. આપણે આ હકારાત્મક બીજનું વાવેતર દરેક જગ્યાએ કરવાનું છે અને મીઠા ફળો ને પામવાનાં છે. અને પામીશું જ.

મેં વાંચેલા પુસ્તકોમાંથી અને મારા ખુદના અવલોકનથી મને જ્ઞાન મળ્યું કે કઈ રીતે આપણા વિચારો દુનિયાની પ્રત્યેક ઘટનાને સર્જી શકવાની તાકાત ધરાવે છે. અલબત્ત આ દુનિયામાં જે કંઈ પણ સર્જાય રહ્યું છે એ આપણા વિચારોને લીધે જ તે સર્જાઈ રહ્યું છે. જો આપણે આપણા વિચારોને કાબુમાં રાખી યોગ્ય દિશામાં સારો ઉપયોગ કરવામાં આવે તો એને લીધે આપણને અને આપણાથી અન્યને ખૂબ જ સારો ફાયદો થઇ શકે છે.

નકારાત્મકતાની ધૂળ ને સાફ કરી, હકારાત્મક જિંદગી (જાદુઈ જિંદગી) આરામથી માણવા, આપણા વિચારો અને મગજ ને કાબુમાં રાખવા તથા આપણા વિચારોને હકારાત્મકતા બાજુ વાળવાં આ પુસ્તકમાં વિવિધ પ્રકારના અભ્યાસો આપેલા છે, જે તમને ખૂબ જ ઉપયોગી થશે. જ્યારે તમે આ પુસ્તકનુ કોઈપણ પાનું ફેરવીને અભ્યાસ કરશો એટલે તમે નવી વસ્તુઓ શીખશો અને આનંદ તથા સકારાત્મક અનુભવ કરશો. તમે હંમેશા સકારાત્મક રીતે વિચારવા માટે પ્રેરિત થશો અને તમે અન્ય લોકોને પણ એવું કરવા માટે પ્રોત્સાહિત કરશો.

ઘણા બધા પુસ્તકો દ્વારા મળેલું જ્ઞાન અને નેચરોપેથિનાં અભ્યાસ દરમ્યાન મળેલા અનુભવથી મને આ પુસ્તક લખવાની પ્રેરણા મળી. મને આશા છે કે આ પુસ્તક સમગ્ર વિશ્વમાં ઘણા લોકોને સુખી કરશે.

તમને આ પુસ્તકમાંનું ઘણું બધું જોયેલું અને જાણેલું લાગે, અને કદાચ સમય જતા એ જ્ઞાન ઓસરી ગયું હોય તો હું તમને ફરી જાગૃત કરાવી રહ્યો છું.

તમામ લોકો પુસ્તકો ફક્ત વાંચે જ નહીં પરંતુ તેને જીવનનો એક અગત્યનો ભાગ બનાવે અને સહુને ખુબ જ સફળતા મળે એ જ ઉત્તમ હેતુ છે.

મારા આ પ્રયાસમાં (પુસ્તકમાં) કોઈ નાની મોટી ચૂક રહી ગઈ હોય તો હું ક્ષમા ચાહું છું અને હંમેશા તમારો પ્રેમ અને સહકાર મળી રહે એવા ભાવ સાથે સૌને **જય શ્રી કૃષ્ણ.**

અનુક્રમણિકા

અનુક્રમણિકા

અનુક્રમણિકા

અનુક્રમણિકા

ॐ

"ૐ" એક પવિત્ર ધ્વનિ છે. અનંત શક્તિનું પ્રતિક છે. ૐ અર્થાત ઓઉમ્ ત્રણ અક્ષરોથી બનેલો છે.

જે સર્વત્ર છે. અ ઉ મ્ ! "અ" નો અર્થ છે ઉત્પન્ન થવું, "ઉ" નો અર્થ છે ઉઠવું, ઉડવું અર્થાત વિકાસ, 'મ' નો અર્થ છે મૌન થઇ જવું અર્થાત "બ્રહ્મલીન" થઇ જવું. ૐ સંપૂર્ણ બ્રહ્માંડની ઉત્પત્તિ અને સૃષ્ટિનો વાહક છે.

હકારાત્મક ઊર્જાનો સૌથી મહાન સ્ત્રોત છે. ૐ એ ધર્મ, અર્થ, કામ, મોક્ષ આ ચારેય પુરૂષાર્થોનો દાતા છે.

ઉપનિષદોમાં ઉલ્લેખ મુજબ ૐ એ આ બ્રહ્માંડમાં જન્મ લેનાર સૌથી પહેલો શબ્દ છે. એ સમયે આખા બ્રહ્માંડમાં સન્નાટો હતો અને તેમાં સૌ પ્રથમ ૐ શબ્દ ગૂંજ્યો હતો. આથી ૐ શબ્દના વાઈબ્રેશન ગજબ છે. તેનો જાપ કરવાથી તમને હકારાત્મક ઊર્જાની અનુભૂતિ થશે.

'ૐ' જાપની વિધિ

• સૌથી પહેલા આસન પર પલાંઠી વાળીને શુદ્ધ અને શાંત જગ્યાએ બેસી જવું.
• આ પછી, આંખો બંધ કરીને શ્વાસ લો અને પછી શ્વાસ છોડતી વખતે પેટમાંથી ૐ નું ઉચ્ચારણ કરો.
• તમે જેટલો ઊંચો સ્વર અને ઊંડો ઉચ્ચાર કરશો, તેટલા વધુ સારા લાભ મળશે.
• આ સમય દરમિયાન આખા શરીરમાં વાઇબ્રેશનનો અનુભવ કરો.
• ઓછામાં ઓછા 5 ૐ ના ઉચ્ચારણ કરો. તે પછી તમે ધીમે ધીમે ઉચ્ચારનો સમયગાળો વધારી શકો છો.

'ૐ' જાપ ના ફાયદા

• એકાગ્રતા અને યાદશક્તિ વધે છે.
• સ્ટ્રેસ અને અનિદ્રા જેવી સમસ્યાઓ પણ દૂર થાય છે.
• ૐ નો જાપ કરતી વખતે આખા શરીરમાં સ્પંદન થાય છે, જેનાથી તમારા આખા શરીરને ફાયદો થાય છે.
• પેટ અને બ્લડ પ્રેશરને લગતી સમસ્યાઓમાં પણ ૐ જાપ ફાયદાકારક છે.
• તમને સકારાત્મકતા, શાંતિ અને ઊર્જા આપે છે.
• શારીરિક અને માનસિક બંને રીતે શાંતિ મળે છે.
• આસપાસના વાતાવરણમાં પણ સકારાત્મક ઊર્જાનો સંચાર થાય છે.

જયારે પણ તમારી એકાગ્રતામાં ભંગ પડે (તમે કોઈ પણ બાબતે ડિસ્ટ્રેક્ટ થાવ), નકારાત્મક વિચારો આવવા લાગે, કોઈ પ્રત્યે ઈર્ષા, ગુસ્સો વગેરે ઉદભવે ત્યારે, તુરંત જ આંખો બંધ કરીને મનમાં ૐ નું ઉચ્ચારણ કરવા લાગો. અને શાંતિની અનુભૂતિ કરો. એવું વારંવાર કરવાથી, એ તમામ દોષો તમારાથી દૂર થવા લાગશે.

પ્રાણાયામ

અનુલોમ વિલોમ

પ્રાણાયમ જેવી શ્વાસ લેવાની કસરત ન માત્ર શારીરિક સ્વાસ્થ્ય માટે ફાયદાકારક છે પરંતુ માનસિક સ્વાસ્થ્ય માટે પણ ફાયદાકારક છે.

અનુલોમ વિલોમ પ્રાણાયામ ની વિધિ

• સૌથી પહેલા આસન પર પલાંઠી વાળીને શુદ્ધ અને શાંત જગ્યાએ બેસી જવું.
• પછી જમણાં હાથના અંગૂઠાથી જમણા નસકોરાંને બંધ કરવું.
• પછી ડાબી બાજુના નસકોરાંથી શ્વાસ અંદર લેવો.
• હવે આંગળીઓથી ડાબી તરફનો નસકોરો બંધ કરી દેવો.
• ત્યાર બાદ જમણા નસકોરા પરથી અંગૂઠો હટાવી દેવો અને જમણા નસકોરા મારફતે શ્વાસ બહાર કાઢવો.
• પછી જમણા નસકોરાથી 4-5 ગણતરી સુધી શ્વાસ અંદર લેવો અને જમણા નસકોરાને બંધ કરીને ડાબા નસકોરાને ખોલીને 8-9 ગણતરી કરતાં શ્વાસ બહાર છોડવો.
• આ પ્રાણાયમ 5 થી 15 મિનિટ સુધી રોજે કરવા.
• શરૂઆત 5 મિનિટથી કરી શકો છો.

અનુલોમ વિલોમ પ્રાણાયામ ના ફાયદા

• તેનાથી તણાવ અને ચિંતા ઘટે છે અને શાંતિ મળે છે.
• મગજ અને ફેફસાંમાં ઓક્સિજનનો લેવલ વધારે છે.
• દરરોજ તેને કરવાથી આંખની રોશની વધે છે.
• તેનાથી લોહીનો પ્રવાહ યોગ્ય રહે છે.
• અસ્થમા, એલર્જી, ખાંસી શરદી વગેરે રોગોમાં પણ લાભદાયક સિદ્ધ થયુ છે.

ધ્યાન

કોઈ એક પદાર્થ, વિષય કે અનુભવ વખતે થતી મનની એકાગ્રતા. કોઈ વસ્તુ, બનાવ, ક્રિયા કે વિચાર ઉપર સભાનતાને કેન્દ્રિત કરવાની ક્રિયા.

ધ્યાન ની વિધિ

- સૌથી પહેલા આસન પર પલાંઠી વાળીને શુદ્ધ અને શાંત જગ્યાએ બેસી જવું.
- કરોડરજ્જુને આરામથી એકદમ સીધી રાખો.
- માથાને સીધું રાખીને આંખો કોમળતાથી બંધ કરીને બેસો.
- એકાગ્રતા કેળવવાની જરૂર નથી. માત્ર તમારી ભ્રમરો પર હળવું ધ્યાન ધરો અને શ્વાછોશ્વાસ પ્રત્યે જાગૃત રહો.
- તમારા બધા જ વિચારો દૂર કરો અને માત્ર કોઈ એક શુદ્ધ વિચાર ધારણ કરી ધ્યાન ધરો.
- શરૂઆતમાં ૫-૭ મિનિટ રહેવાની કોશિશ કરો પછી આ સમય ને ૧૫-૨૦ મિનિટ સુધી લઇ જઈ શકો છો.

તમે નજીકના ઓક્સિજન પાર્કમાં (બગીચામાં) જાવ અને ફક્ત પક્ષીઓના કલરવ પર પોતાનું ધ્યાન કેન્દ્રિત કરો. એક અનોખી અનુભૂતિ થશે. અલબત્ત સવારે તમે બહાર ચાલવા કે સાયકલિંગ કરવા નીકળો છો ત્યારે પણ કાનમાં હેડફોન લગાવા કરતા પ્રકૃતિનો આનંદ લો.

ધ્યાનના ફાયદા

- સકારાત્મક લાગણીઓનો વિકાસ કરવામાં મદદરૂપ થાય છે. અને નકારાત્મક લાગણીઓ જેવી કે ભય, ગુસ્સો, અસ્વસ્થતા, તણાવ દૂર કરે છે.
- એકાગ્રતા, યાદશક્તિ, વિચારશુદ્ધિ અને આત્મશક્તિ વધારે છે
- મન અને શરીરને વ્યવસ્થિત આરામ આપીને તેનું નવીનીકરણ કરે છે

નવા અભ્યાસુ માટે મધુર ધ્યાનાત્મક સંગીત નો ઉપયોગ કરવો. જેટલો સમય વધુ રહી શકો તેટલું રહેવાનો પ્રયત્ન કરો.

સૂર્યનમસ્કાર

સૂર્ય પૃથ્વી પર જીવન માટેનો મુખ્ય સ્ત્રોત છે. એટલે સૂર્ય નમસ્કાર સૂર્ય પ્રત્યે કૃતજ્ઞતા વ્યક્ત કરવાની રીત છે.

સૂર્ય તમામ પ્રાણઊર્જાનું મુખ્ય કારણ છે. સૂર્ય નમસ્કાર આપણા ઋષિમુનીઓ દ્વારા નિશ્ચિત કરાયેલા ૧૨ આસનોનો સમૂહ છે. જે શરીર, શ્વાસ અને મનને સાથે લાવે છે.

સૂર્ય નમસ્કારના આસનો “વોર્મ અપ” એટલે કે "હળવો વ્યાયામ" અને આસનો વચ્ચે એક સુંદર કડી જેવા છે અને જયારે તમારું પેટ ભરેલું ના હોય તેવા વખતે ગમે ત્યારે તે કરી શકો છો. છતાં, સૂર્ય નમસ્કાર માટે સવારનો સમય શ્રેષ્ઠ ગણાય છે કારણ કે તે શરીરને ફરીથી ઊર્જાસભર અને મનને તરોતાજા કરે છે.

સૂર્ય નમસ્કાર ની વિધિ

- પ્રથમ ચરણ – પ્રણામાસન

પ્રથમ ચરણમાં નમસ્કાર ની સ્થિતિમાં ઊભા રહેવાનુ હોય છે. નમસ્કાર ની સ્થિતિમાં હાથ ને છાતી સાથે ચાંપી ઊભા રહેવાનુ હોય છે. આ ક્રિયા દરમિયાન શ્વાસ ની ક્રિયા સામાન્ય રીતે કરવાની હોય છે.

- બીજું ચરણ – હસ્ત ઉત્તાનાસન

બીજા ચરણમાં બંને હાથ ને કોણી વાળ્યા વગર ઊંચે લઈ જવાના હોય છે. ત્યાર બાદ શક્ય તેટલું કમરથી પાછળ ના ભાગમાં વળવાનું હોય છે. પગ ને પણ સીધા રાખવાના હોય છે. આ ચરણને કરતી વખતે શ્વાસ લેવાની ક્રિયા કરવાની હોય છે.

- ત્રીજું ચરણ – ઉત્તાનાસન/પાદહસ્તાસન

ધીરે ધીરે શરીરને કમરથી આગળની તરફ વાળો, હાથના પંજા પગની આંગળીઓ પાસે સ્પર્શ કરે, નાક ઢીંચણને સ્પર્શ કરે એવી રીતેની સ્થિતિ બનાવો. પગને સીધા રાખો અને આ ક્રિયા કરતાં સમયે ધીરે ધીરે શ્વાસને છોડવો.

• ચોથું ચરણ – અશ્વ સંચાલનાસન

હવે નીચા વળીને હાથની હથેળીઓને છાતીની બંને તરફ ટેકવીને રાખો. ડાબો પગ ઉઠાવીને પાછળ ભુજંગાસનની સ્થિતિમાં લઈ જાવ. જમણો પગ બંને હાથની વચ્ચે રાખો. ઘૂંટણ છાતીની સામે રાખો. તથા પગની એડી જમીનને અડેલી રાખો દૃષ્ટિ આકાશ તરફ અને શ્વાસને અંદર ભરો.

• પાંચમું ચરણ – ચતુરંગ દંડાસન

શ્વાસ બહાર કાઢી જમણા પગને પણ પાછળ લઈ જાવ અને ડોક તથા માથું બંને હાથ વચ્ચે બરાબર રહે તે રીતે નિતંબ અને કમરને ઉપર ઉઠાવો. માથું નીચે જુકાવી જમીન તરફ દૃષ્ટિ રાખો.

• છઠ્ઠુ ચરણ – અષ્ટાંગ નમસ્કાર

હાથ અને પગના પંજાને સ્થિર રાખતા, છાતી અને ઘૂંટણને જમીન સ્પર્શ કરાવવો, આ રીતે બંને હાથ, બે પગ, બે ઘૂંટણ, છાતી અને માથું આ આઠ અંગ જમીનને અડવાથી આ અષ્ટાંગાસન પણ છે. આ ક્રિયા દરમિયાન શ્વાસોશ્વાસ સામાન્ય રાખવી.

• સાતમું ચરણ – ભુજંગાસન

શ્વાસ અંદર ભરી છાતીને ઉપર ઉઠાવી આકાશ તરફ દૃષ્ટિ રાખો, કમર જમીન પર ટેકવી રાખો, હાથ પગ સીધા રાખો.

• આઠમું ચરણ – અધોમુક્ત

શ્વાસ બહાર કાઢો ડોક અને માથું બંને હાથની વચ્ચે રહે અને નિતંબ તથા કમર ઉપર ઉઠાવી, માથાને ઝુકાવી પગની આંગળીઓ તરફ જુઓ.

• નવમું ચરણ – અશ્વ સંચાલનાસન

નીચા વળી હાથની હથેળીઓને છાતીની બંને તરફ ટેકવી રાખો. ડાબો પગ ઉઠાવી ને પાછળ ભુજંગાસનની સ્થિતિમાં લઈ જાવ. જમણો પગ, બંને હાથ વચ્ચે રાખો. ઘૂંટણ છાતીની સામે રાખો, તથા પગની એડી જમીન પર અકડેલી રાખો. દ્રષ્ટિ આકાશ તરફ રાખો, શ્વાસ અંદર ભરો.

• દશમું ચરણ – ઉત્તાનાસન

શ્વાસ બહાર કાઢી હાથને પગની પાસે જમીન પર ટેકવો જો બની શકે તો હથેળીઓ પણ જમીન પર ટેકવો તથા માથા ને ઘૂંટણો ને અડાડવા નો પ્રયત્ન કરો, પગ ઘૂંટણથી સીધા રાખવા.

• આગિયારમું ચરણ – હસ્ત ઉત્તાનાસન

શ્વાસ અંદર ભરી ને બંને હાથ પાછળની તરફ લઈ જાવ, દ્રષ્ટિ આકાશની તરફ રાખો, કમરને પણ યથાશક્તિ પાછળની તરફ ઝુકાવો, હાથ કાન ને અડેલા હોવા જોઈએ અને હથેળી ભેગી રાખો.

• બારમું ચરણ – પ્રણામાસન

સૂર્યની સમક્ષ ઊભા રહી નમસ્કારની સ્થિતિમાં હાથોને છાતીની સામે રાખો.

સૂર્ય નમસ્કારના ફાયદા

- સૂર્ય નમસ્કારના આસનો ઊર્જા આપે છે, ધ્યાન કરતાં હોઈએ તેવું લાગે છે અને વિશ્રામ આપે છે.
- શરીરને સહેલાઈથી વળી શકે તેવું બનાવે છે તથા રુધિરાભિસરણ સુધારે છે.
- અગત્યના આંતરિક અંગો વધારે કાર્યાન્વિત થાય છે તથા શરીરના ત્રિદોષ –વાત,કફ અનેં પિત્તને સંતુલિત કરે છે.

- સૂર્ય નમસ્કાર મનને શાંત કરે છે અને એકાગ્રતા વધારવામાં સહાય કરે છે.
- રોજીંદા નિત્યક્રમમાં સૂર્ય નમસ્કારનો સમાવેશ કરવો જોઈએ કારણ કે તે સહનશક્તિ વધારે છે.
- સૂર્ય નમસ્કારના નિયમિત મહાવરાથી શરીરને તાકાત તથા જીવંતતા મળે છે.

સૂર્ય નમસ્કાર નો અભ્યાસ 11 થી 21 વાર સુધી યથાશક્તિ પ્રમાણે કરવો જોઈએ.

મોર્નિંગ વોક

આજકાલ લોકો માનસિક સમસ્યાઓ, માનસિક બીમારીઓથી ઘેરાઈ ગયા છે. આખો દિવસ ટેન્શન, સંબંધોમાં તણાવ, ઘર અને જોબની મુશ્કેલીઓ વગેરે આપણને શારીરિક કરતા માનસિક રીતે વધુ તણાવ આપે છે. મોર્નીંગ વોકની આદતથી માનસિક સ્વાસ્થ્ય સુધરે છે. તમે સવારે કામ કરવા જાવ તો તમારો મૂડ તો સારો બને જ છે પણ તમારુ દિમાગ પણ તાજગીસભર બને છે. આનાથી તમે નકામી પરેશાનીઓથી બચી શકો છો.

મોર્નીંગ વોક સ્વાસ્થ્ય માટે ખુબ ફાયદાકારક છે. શરીરને ઓક્સિજન સાથે વિટામિન ડીની પણ જરૂર હોય છે. જો તમે તડકો નીકળતા સમયે મોર્નીંગ વોક કરો છો તો વિટામિન ડી સારી માત્રામાં મળે છે. દરરોજ સવારે અડધો કલાક ખુલ્લી હવામાં ચાલવાથી તમારામાં વાતાવરણની સારી અસર રહેશે એકદમ ખુશનુમા અને ઊર્જાથી સભર.

મોર્નિંગ વોકના ફાયદા

- એનર્જી બુસ્ટ કરે છે.
- મૂડને સારો રાખે છે.
- વજન મેન્ટેઇન કરે છે.
- હૃદયની સમસ્યાને દૂર રાખે છે.
- ઊંઘ સારી આવે છે.
- મેમરીને મજબૂત બનાવવામાં મદદરૂપ થાય છે.
- ઇમ્યુનીટીને મજબૂત બનાવે છે.

પ્રાર્થના

આપણામાં સારી ભાવના કેળવવા અને મનને એકાગ્ર કરવા માટે પ્રાર્થના એ સર્વશ્રેષ્ઠ માધ્યમ છે. પ્રાર્થના કરવાથી આપણું ચરિત્ર શુદ્ધ બને છે. ઈશ્વરને યાદ કરવાને સાથે સાથે આપણે આ અખંડ બ્રહ્માંડમાં હકારાત્મક ઉર્જાનું વહન કરીએ છીએ.

જેમ અભ્યાસ કરવા માટેની કોઈ ઉંમર નથી હોતી એમ પ્રાર્થના કે પૂજાભક્તિ કરવા માટેની પણ કોઈ ઉંમર નથી. ભગવાનને આપણે ક્યારે વાસી ફળ ફૂલ નથી ચડાવતા, હંમેશા તાજા જ ધરીએ છીએ તેમ જ આપણી ઉંમર ઘરડી (વાસી) થાય ત્યારે જ ભક્તિ કરવી એવું નથી.

પ્રાર્થના હંમેશા એક મીઠા સૂરમાં કરવી (ફક્ત બોલી જવી એમ નહીં) જેમ ફિલ્મ ના ગીત તમે સારી રીતે ગાવ છો એમ જ પ્રાર્થના પણ મીઠા સૂરમાં ગાવાથી આધ્યાત્મિક ભક્તિનો ભાવ વધે છે.

આપણે સહુ અહિયાં આપેલી પ્રાર્થનાને રોજ ગાઈએ તથા તમને 5 પાનાં ખાલી આપવામાં આવ્યા છે જ્યાં તમે તમારી મનપસંદ પ્રાર્થના લખી શકો અથવા પ્રિન્ટ કાઢી ને ચિપકાવી શકો છો.

ભૂલો ભલે બીજું બધું, મા બાપને ભૂલશો નહિ

ભૂલો ભલે બીજું બધું, મા બાપને ભૂલશો નહિ
અગણિત છે ઉપકાર એના, એ કદી વિસરશો નહિ

પથ્થર પૂજ્યા પૃથ્વી તણા, ત્યારે દીઠું તમ મુખડું
એ પુનિત જનનાં કાળજાં, પથ્થર બની છુંદશો નહિ

કાઢી મુખેથી કોળીયા, મ્હોંમાં દઈ મોટા કર્યા
અમૃત તણાં દેનાર સામે, ઝેર ઉગળશો નહિ

લાખો લડાવ્યાં લાડ તમને, કોડ સૌ પુરા કર્યા
એ કોડના પુરનારના, કોડને ભૂલશો નહિ

લાખો કમાતા હો ભલે, મા બાપ જેથી ના ઠર્યા
એ લાખ નહિં પણ રાખ છે, એ માનવું ભૂલશો નહિ

સંતાનથી સેવા ચાહો, સંતાન છો સેવા કરો
જેવું કરો તેવું ભરો, એ ભાવના ભૂલશો નહિ

ભીને સૂઈ પોતે અને, સુકે સુવડાવ્યા આપને
એ અમીમય આંખને, ભૂલીને ભીંજવશો નહિ

પુષ્પો બિછાવ્યાં પ્રેમથી, જેણે તમારા રાહ પર
એ રાહબરના રાહ પર, કંટક કદી બનશો નહિ

ધન ખરચતાં મળશે બધું, માતા પિતા મળશે નહિ
પલ પલ પુનિત એ ચરણની, ચાહના ભૂલશો નહિ.

વૈષ્ણવ જન તો તેને કહિયે

વૈષ્ણવ જન તો તેને કહિયે, જે પીડ પરાઈ જાણે રે
પર દુઃખે ઉપકાર કરે તોયે, મન અભિમાન ના આણે રે

સકળ લોકમાં સહુને વંદે, નિંદા ન કરે કેની રે
વાચ કાછ મન નિશ્ચલ રાખે ધન ધન જનની તેની રે

સમદૃષ્ટિ ને તૃષ્ણા ત્યાગી પરસ્ત્રી જેને માત રે
જિહ્વા થકી અસત્ય ન બોલે પરધન નવ ઝાલે હાથ રે

મોહ માયા વ્યાપે નહિ જેને દૃઢ વૈરાગ્ય જેના મનમાં રે
રામ નામ શુ તાળી રે લાગી સકળ તીરથ તેના તનમાં રે

વણ લોભી ને કપટ રહિત છે કામ ક્રોધ નિવાર્યા રે
ભણે નરસૈયો તેનું દર્શન કરતા કુળ એકોતેર તાર્યાં રે

મંગલ મંદિર ખોલો

મંગલ મંદિર ખોલો
દયામય મંગલ મંદિર ખોલો
મંગલ મંદિર ખોલો
દયામય મંગલ મંદિર ખોલો

જીવન વન અતિ વેગે વટાવ્યું
જીવન વન અતિ વેગે વટાવ્યું
દ્વાર ઊભો શિશુ ભોળો

તિમિર ગયું ને જ્યોતિ પ્રકાશ્યો
તિમિર ગયું ને જ્યોતિ પ્રકાશ્યો
શિશુને ઉરમાં લ્યો, લ્યો
દયામય મંગલ મંદિર ખોલો
દયામય મંગલ મંદિર ખોલો

નામ મધુર તમ રટ્યો નિરંતર
નામ મધુર તમ રટ્યો નિરંતર
શિશુ સહ પ્રેમે બોલો

દિવ્ય-તૃષાતુર આવ્યો બાળક
દિવ્ય-તૃષાતુર આવ્યો બાળક
પ્રેમ-અમીરસ ઢોળો
દયામય મંગલ મંદિર ખોલો
દયામય મંગલ મંદિર ખોલો

ૐ તત્સત્ શ્રી નારાયણ તું

ૐ તત્સત્ શ્રી નારાયણ તું, પુરુષોત્તમ ગુરુ તું ;
સિદ્ધ બુદ્ધ તું , સ્કન્દ વિનાયક સવિતા પાવક તું.

બ્રહ્મ મજદ તું, યહવ શક્તિ તું, ઇસુ પિતા પ્રભુ તું
રુદ્ર વિષ્ણુ તું, રામ – કૃષ્ણ તું, રહીમ તાઓ તું,

વાસુદેવ ગો – વિશ્વરૂપ તું, ચિદાનન્દ હરિ તું ;
અદ્વિતીય તું, અકાલ નિર્ભય આત્મ – લિંગ શિવ તું.

ૐ તત્સત્ શ્રી નારાયણ તું , પુરુષોત્તમ ગુરુ તું ;

જીવન અંજલિ થાજો

જીવન અંજલિ થાજો !
મારું જીવન અંજલિ થાજો !

ભૂખ્યાં કાજે ભોજન બનજો, તરસ્યાંનું જળ થાજો;
દીનદુ:ખિયાંનાં આંસુ લો'તાં અંતર કદી ન ધરાજો !
મારું જીવન અંજલિ થાજો !

સતની કાંટાળી કેડી પર પુષ્પ બની પથરાજો,
ઝેર જગતનાં જીરવી જીરવી અમૃત ઉરનાં પાજો !
મારું જીવન અંજલિ થાજો !

વણથાક્યા ચરણો મારા નિત તારી સમીપે ધાજો;
હૈયાના પ્રત્યેક સ્પંદને તારું નામ રટાજો !
મારું જીવન અંજલિ થાજો !

વમળોની વચ્ચે નૈયા મુજ હાલકડોલક થાજો;
શ્રદ્ધા કેરો દીપક મારો નવ કદીયે ઓલવાજો !
મારું જીવન અંજલિ થાજો !

મૈત્રીભાવનું પવિત્ર ઝરણું

મૈત્રીભાવનું પવિત્ર ઝરણું,
મુજ હૈયામાં વહ્યા કરે,
શુભ થાઓ સકળ વિશ્વનું
એવી ભાવના નિત્ય રહે ... મૈત્રીભાવનું

ગુણથી ભરેલા ગુણીજનને દેખી,
હૈયું મારું નૃત્ય કરે,
એ સંતોના ચરણકમળમાં,
મુજ જીવનનું અર્ધ્ય રહે ... મૈત્રીભાવનું

દીન ક્રુર ને ધર્મવિહિનો,
દેખી દિલમાં દર્દ વહે,
કરૂણાભીની આંખોમાંથી
અશ્રુનો શુભ સ્ત્રોત વહે ... મૈત્રીભાવનું

માર્ગ ભૂલેલાં જીવન્ પથિકને,
માર્ગ ચીંધવા ઊભો રહું,
કરે ઊપેક્ષા એ મારગની,
તોય સમતા ચિત્ત ધરું ... મૈત્રીભાવનું

ઇતની શક્તિ હમે દેના દાતા

ઇતની શક્તિ હમે દેના દાતા
મન કા વિશ્વાસ કમજોર હો ના
હમ ચલે નેક રસ્તે પે,
હમસે ભૂલકર ભી કોઈ ભૂલ હો ના

દૂર અજ્ઞાન કે હો અંધેરે,
તુ હમે જ્ઞાન કી રોશની દે
હર બુરાઇ સે બચતે રહે હમ,
જીતની ભી દે ભલી જિંદગી દે,
બેર હો ના કિસીકો કિસીસે,
ભાવના મનમેં બદલે કી હો ના

હમ ન સોચે હમે ક્યા મિલા હૈ,
હમ યે સોચે હમે કિયા ક્યા હૈ અર્પણ
ફૂલ ખૂશીયોં કે બાટે સભી કો,
સબકા જીવન હી બન જાયે મધુબન
અપની કરુણા ક જલ તુ બહાકર,
કર દે પાવન હરેક મન કા કોના

હમ ચલે નેક રસ્તે પે,
હમસે ભૂલકર ભી કોઈ ભૂલ હો ના

ઇતની શક્તિ હમે દેના દાતા
મન કા વિશ્વાસ કમજોર હો ના

હમકો મનકી શક્તિ દેના

હમકો મનકી શક્તિ દેના, મન વિજય કરે
દૂસરોંકી જયસે પહેલે ખૂદકો જય કરેં

ભેદભાવ અપને દિલસે સાફ કર સકે
દોસ્તોસે ભૂલ હો તો માફ કર સકે

જૂઠસે બચેં રહે, સચકા દમ ભરેં
દૂસરોંકી જયસે પહેલેં ખૂદકો જય કરેં

મુશ્કીલેં પડે તો હમ પે, ઈતના કર્મ કર
સાથ હૈં તો ધર્મકા ચલેં તો ધર્મ પર

ખુદ પે હોંસલા રહે બદીસે ના ડરેં
દૂસરોંકી જયસે પહેલે ખૂદકોં જય કરેં

મેરા આપકી કૃપા સે સબ કામ હો રહા હૈ

મેરા આપકી કૃપા સે સબ કામ હો રહા હૈ
કરતે હો તુમ કનૈયા મેરા નામ હો રહા હૈ

પતવાર કે બીના હી મેરી નાવ ચલ રહી હૈ
હૈરાન હૈ જમાના મઁઝીલ ભી મિલ રહી હૈ
કરતા નહીં મેં કુછ ભી, સબ કામ હો રહા હૈ
કરતે હો તુમ કનૈયા મેરા નામ હો રહા હૈ

તુમ સાથ હો જો મેરે, કિસ ચીજ કી કમી હૈ
કિસી ઔર ચીજ કી અબ દરકાર હી નહીં હૈ
તેરે સાથ સે ગુલામ અબ ગુલફામ હો રહા હૈ

મેં તો નહીં હું કાબિલ, તેરા પાર કૈસે પાઉં
તૂટી હુઈ વાણી સે ગુણગાન કૈસે ગાઉં
તેરી પ્રેરણા સે હી સબ યે કમાલ હો રહા હૈ

મુજે હર કદમ કદમ પર, તુને દિયા સહારા
મેરી જિંદગી બદલ દી, તુને કરકે એક ઈશારા
એહસાન પે તેરા યે, એહસાન હો રહા હૈ

તુફાન આંધિયોં મેં, તુને હૈ મુજકો થામા
તુમ કૃષ્ણ બન કે આયે, મેં જબ બના સુદામા
તેરે કરમ સે અબ યે, સરે આમ હો રહા હૈ

મેરા આપકી કૃપા સે સબ કામ હો રહા હૈ
કરતે હો તુમ કનૈયા મેરા નામ હો રહા હૈ

એ માલિક તેરે બંદે હમ, ઐસે હો હમારે કદમ

એ માલિક તેરે બંદે હમ, ઐસે હો હમારે કદમ
નેકી પર ચલે ઔર બદી સે ટલે,
તાકી હંસતે હુએ નિકલે દમ...હે માલિક..

યે અંધેરા ધના છા રહા, તેરા ઇન્સાન ધબરા રહા,
હો રહા બેખબર, કુછ ન આતા નજર,
સુખ કા સૂરજ છૂપા જા રહા,
હૈ તેરી રોશની મે વો દમ, તૂ અમાવસ કો કર દે પૂનમ,
નેકી પર ચલે ઔર બદી સે ટલે,
તાકી હંસતે હુયે નિકલે દમ...હે માલિક..

જબ જુલમો કા હો સામના, તબ તુ હી હમેં થામના,
વો બુરાઈ કરે, હમ ભલાઈ કરે,
નહીં બદલે કી ભાવના,
બસ ઉઠે પ્યાર કા હર કદમ, ઔર મિટે બૈર કા યહ ભરમ,
નેકી પર ચલે, ઔર બદી સે ટલે,
તાકી હંસતે હુયે, નિકલે દમ... હે માલિક

તમારી મનપસંદ પ્રાર્થના ૧

તમારી મનપસંદ પ્રાર્થના ૨

તમારી મનપસંદ પ્રાર્થના ૩

તમારી મનપસંદ પ્રાર્થના ૪

તમારી મનપસંદ પ્રાર્થના ૫

દૈનિક ઉત્સાહની ચાવીઓ

"ખુદને ચાહો - બધાને ચાહો"

તમારા જીવનના સૌથી અગત્યના ક્ષેત્રોમાં ઉચ્ચ સ્તરના પરિણામો સર્જવા માટે નિયમિત અભ્યાસો કરતા રહેવા એ એક શ્રેષ્ઠ રીત છે.

ઘણી વખત જીવનમાં અણધાર્યા પડકારો આવશે જ, જે તમને તમારું ધ્યાન ભટકાવશે, તમારો માર્ગ ભુલાવે, મગજ વિચલિત કરી દે. અને એ જ તો જીવન છે મારા વ્હાલા. તે સમયે તમને આ નિયમિત કરેલા અભ્યાસો સકારાત્મક સ્થિતિમાં રાખવામાં મદદરૂપ થશે.

આ પુસ્તકમાં આપેલા તમામ અભ્યાસોને તમે નિયમિત રીતે કરો અથવા તો તમે તેમાંથી પ્રેરણા લઈને પોતાના અનુસાર બનાવીને પણ કરી શકો છો. અને મને આશા છે કે એ તમને તમારી શ્રેષ્ઠ પરિસ્થિતિમાં રાખશે. આ પુસ્તકનો એ જ મુખ્ય હેતુ છે.

તમારા જીવનમાં હકારાત્મક ભરી દેવાં માટે આ તમામ ચાવીઓ (અભ્યાસો) ખુબ જ ઉપયોગી નીવડશે. આ ચાવીઓના ઉપયોગથી તમારી વિચારસરણી બદલશે.

હકારાત્મક વિચારોથી તમે આ બ્રહ્માંડમાં ઉત્તમ દ્રશ્યોની સર્જના કરશો. સારું વિચારશો એટલે સારું પ્રાપ્ત કરશો (આકર્ષણના નિયમ અનુસાર).

આ અભ્યાસ કરવામાં તમને અત્યંત રોમાંચ પ્રાપ્ત થશે. આ તમામ એક્સરસાઇઝ તમે કોઈ પણ સમયે કરી શકો છો. ખાસ એવા સમયે જયારે તમે નકારાત્મકતા અનુભવો છો.

આકર્ષણનો નિયમ સમજીએ...
આકર્ષણના નિયમ મુજબ, જો તમે તમારું સંપૂર્ણ ધ્યાન કોઈ વસ્તુ, વિષય કે વ્યક્તિ તરફ દોરો છો, તો તે તમારી તરફ આકર્ષાયા વિના રહેતી નથી.

આકર્ષણનો નિયમ આપણા વિચારો સાથે સંબંધિત છે. આપણા વિચારો સમાન વિચારોને પોતાની તરફ આકર્ષિત કરે છે. આ નિયમ અનુસાર, જ્યારે તમે કોઈ વસ્તુ, વિષય કે વ્યક્તિ વિશે વિચારો છો, ત્યારે તે આપમેળે તમારા જીવનમાં આવે છે.

જે વસ્તુ તરફ તમે તમારી બધી શક્તિ લગાવી, તમારી સમગ્ર ઉર્જા અને એકાગ્રતાને કામે લગાડો છો તો ચોક્કસપણે એ વસ્તુ તમારી પાસે આવશે અને આવતી રહેશે. (જેવું ધારશો, જેવી પ્રબળ ઈચ્છા રાખશો, જેવું વિચારશો તેવું તમે પ્રાપ્ત કરશો).

આ પુસ્તકના ઉપયોગ સાથે સાથે અમુક ખાસ પુસ્તકો જેમ કે The Secret, Attitude is Everything, Life's Amazing Secrets વગેરે પણ અચૂક વાંચજો. એમ કરવાથી સોનામાં સુંગધ ભળશે એટલે કે આ બધા અભ્યાસ (એક્સરસાઇઝ) ને કરવામાં વધુ રુચિ જાગશે અને તમને બમણો લાભ થશે. અને જો પહેલેથી જ આ પુસ્તકો વાંચેલા છે તો આ બધી એક્સરસાઇઝને કરવામાં તમને વધુ મોજ પડશે.

કદાચ એવું પણ બને કે આ એક્સરસાઇઝ કરવામાં તમને શરૂઆતમાં તકલીફ પડે અને પોતાના માટે યોગ્ય વાક્યો કે શબ્દો સુજે નહીં. કેમકે આપણા દિમાગમાં નકારાત્મક વિચારોની જે ધૂળ જામી ગઈ છે તેના લીધે આપણે પોતાના માટે વિચાર્યું જ નથી પરંતુ તમારે કોશિશ છોડવાની નથી. પોતાના માટે બને એટલું સારું વિચારો, એમ કરવાથી જ નકારાત્મક વિચારોનું સ્થાન હકારાત્મક વિચારો લેશે અને તમે ખુદને ઓળખશો.

દરેક એક્સરસાઇઝ કરતી વખતે ફીલ કરો (અનુભવો) , આંખો બંધ કરીને વિઝયુલાઇઝ કરો (દ્રશ્યો સર્જો). હવે તમે ખુદને માટે સારું સર્જી રહ્યા છો.

વિઝયુલાઇઝ કરવાની એક ઉત્તમ પદ્ધતિ નોંધી લ્યો.

તમે તમારા હાથને જુઓ, આંગળીયોમાં પેરેલી વીંટીઓ, કોઈ ખાસ નિશાન હોય તો એ, ટેટુ, બાંધેલા પવિત્ર દોરા (જે કંઈ પણ તમારા હાથમાં હોય એ) ખાસ નીરખીને જુઓ. હવે આંખ બંધ કરો. તમે નીરખીને જોયેલા હાથનું ચિત્ર તમને બતાતું હશે, એ હાથને તમે તમારી મનપસંદ કાર ના સ્ટીઅરિંગમાં જુઓ (તમે કાર ચાલવો છો અને એનું સ્ટીઅરિંગ તમારા હાથમાં છે) હવે ધીમે ધીમે તમે તમારો ચહેરો પણ જોઈ શકો છો. હવે તમે અનુભવો છો કે એ કાર તમે જ ચલાવી રહ્યા છો. અને કાર ચલાવતા ચલાવતા તમારા ચહેરા પર સ્મિત છે. મને ખાત્રી છે કે તમને આ અનુભવ ખુબ જ સારો રહ્યો હશે, બસ આ જ પદ્ધતિનો ઉપયોગ તમારા સપનાઓ ને હકીકતમાં બદલવા માટે હકારાત્મક ભાવથી અને શ્રદ્ધાથી કરતા રહો.

આ પુસ્તકની ઉત્તમ વાત એ છે કે પુસ્તકનું કોઈ પણ પાનું ખોલીને કોઈ પણ સમયે એક્સરસાઇઝ કરી શકો છો અને મને ખાત્રી છે કે પળવારમાં તમારા ચહેરા પર સ્મિત હશે.

આદર્શ દિનચર્યા

"રાત્રે વહેલા જે સુવે, વહેલા ઉઠે વીર, બળ,
બુદ્ધિ ને ધન વધે, સુખમાં રહે શરીર."

દરેક લોકોની દિનચર્યાની ગોઠવણી પોતાના હિસાબથી થતી હોય છે. દરેકની પરિસ્થિતિ, સંજોગ અનુસાર દૈનિક ક્રમનું આયોજન અલગ અલગ હોય છે. એથી આપણે કોઈ સામાન્ય (બધા માટે સમાન) દિનચર્યાની અપેક્ષા ના રાખી શકીએ. હા પરંતુ પોતાના માટે સર્વોત્તમ દિનચર્યા જરૂર બનાવી શકીએ. એક એવી દિનચર્યા કે જે તમારા ખુદ ના માટે વધુ યોગ્ય હોય. તમને સમજવામાં મદદરૂપ થાય એટલા માટે હું અહીંયા દિનચર્યાની જાણકારી વિગતવાર જણાવું છું. તમે તમારી દિનચર્યા અહીં આપેલા ખાલી કોષ્ટકમાં જાતે બનાવજો.

યોગ્ય ઉદાહરણ

પોતાનો જાગવાનો સમય નક્કી કરી લો, ૫:૦૦ વાગે જાગવું ઉત્તમ છે પરંતુ ૬:૦૦ કે ૬:૩૦ થી મોડું ના કરશો. હકીતકમાં મજા વહેલા જાગવામાં નથી, પરંતુ રાત્રે વહેલા સુઈ જવામાં છે. કેમકે તમારી સવાર છે એ પૂરતી ઊંઘ સાથે થાય અને તમે જાગો ત્યારે આળસથી ભરેલા કે થાકેલા નહિ પરંતુ એક દમ ઊર્જાથી ભરપૂર હોવા જોઈએ.

સવારે વહેલા ઉઠીને, સૌ પ્રથમ આપણી બંને હથેળી ઘસીને અને આપણી આંખ પર ફેરવવો અને આપણી બંને આંખો ખોલો ત્યારે હથેળીમાં જોઈએ ને "કરાગ્રે વસતે લક્ષ્મી કર મધ્યે સરસ્વતી કરમૂલે તૂ ગોવિંદ પ્રભાતે કર દર્શનમ" આ શ્લોક ને બોલો.

સહુનો આભાર માનો "હે માતાપિતા, ગુરુજનો, વ્હાલા પ્રભુ, સમગ્ર વિશ્વ તમે મને જે કંઈ પણ આપ્યું છે તે માટે હું ખુબ જ સંતુષ્ટ છું, કૃતજ્ઞ છું, તમારો બધાનો આભારી છું, તમને સહુને કોટી કોટી વંદન". પગ જમીન પર મુકતા પહેલા ધરતી માતાને પ્રણામ કરીને એમનો આભાર માનીએ.

પોતાની પથારીને જાતે વ્યવસ્થિત કરો.

આપણું મોઢું સ્વચ્છ પાણીથી ધોઈ કાચ સામે પોતાને એક સ્મિત આપીએ (યાદ રાખો આ રીતે સ્મિત કરવાથી, આ સ્મિત તમારા ચહેરાપર દિવસ ભર રહશે અને તમારો દિવસ ખુબ જ ઊર્જામય અને હકારાત્મક રહશે)

તમારી રેગ્યુલર દૈનિક ક્રિયાઓ (શૌચક્રિયાઓ વગેરે) કરી લો

સૂર્ય નમસ્કાર, યોગ, પ્રાણાયામ, ધ્યાન, હળવી કસરત, મોર્નિંગ વોક, સાયકલિંગ વગેરે માટે ૩૦-૪૦ મિનિટ આપો. આમાંનું તમને યોગ્ય લાગે એ તમે કરી શકો છો. **પહેલાં કસરત કરો, બાકીનું આપમેળે થઇ જશે. આરોગ્ય બહુમૂલ્ય સંપત્તિ છે.**

યાદ રાખો **સવારની પ્રથમ ૬૦ મિનિટ** એ તમારા માટે સૌથી ઉત્તમ હોય છે. એમાં તમે એવું આયોજન કરો કે જેનાથી તમને દિવસ ભર તાજગી અને ઉત્સાહ રહે.

તાંબાના ગ્લાસમાં રાતભર રાખેલું પાણી પીવો. તાંબાના ગ્લાસની સુવિધા ના હોય તો નવશેકું પાણી પીવો. પાણી હંમેશા બેસી ને આરામથી પીવો. સવારમાં તમે ગ્રીન-ટી પી શકો જેમાં ખાંડ ને બદલે મધ નો ઉપયોગ કરો તો વધુ સારું. બહારના વાતારણની મજા લો, પક્ષીઓના અવાજોનો આનંદ માણો, આકાશને જુઓ, તાજગી ભરી હવાને મહેસૂસ કરો.

દાંતણ, સ્નાન, વસ્ત્ર ધારણ વગેરે કર્યા બાદ, માતપિતાને અને ગુરુજીને ચરણ વંદન કરો (તમારી સમક્ષ ના હોય તો આંખો બંધ કરીને તેમના ચરણ સ્પર્શનો ભાવ અનુભવો). ઈશ્વરનું સ્મરણ કરવું, પ્રભુ ભજન કરવું, જાપ-માળા કરવી, મંદિરની આરતીમાં ભાગ લેવો, ધાર્મિક પુસ્તકનું વાંચન કરો.

પેટપૂજા, સવારના નાસ્તામાં (હું મેંદા વાળો નાસ્તો ખાવાની વિરુદ્ધ છું) તમે ફળ, સુકામેવા, ફળોના રસ, પૌવા, ઓટ્સ વગેરે. (ક્યારેક મનપસંદ નાસ્તો કરવો પણ યોગ્ય છે પરંતુ ઘરનો હોય તો વધુ ઉત્તમ) અત્યારે મોટા ભાગનું કાર્ય બેઠા બેઠા કરવાનું હોય છે. તેથી તમારો ખોરાક તમારા કાર્યને અનુસાર હોવો જોઈએ.

કોઈપણ એક સારું પુસ્તક વાંચો, પોતાના દિવસ માટેનું આયોજન કરો. આ પુસ્તકમાં આગળ તમને ૩૬૫ દિવસ માટેના આયોજન પત્રો (દૈનિક જાદુઈ નોંધપોથી) આપેલા છે.

તમારા અગત્યના ઇમેઇલ કે મેસેજીસની નોંધ કરી લો. મોબાઈલ નો ઉપયોગ સૌથી લાસ્ટમાં રાખ્યો છે (મોબાઈલ એ નેગેટિવ ઊર્જાનો મોટો સ્ત્રોત બની ગયો છે એટલા માટે સવારના જાગ્યાના ૨ કલાક પછી ઉપયોગ કરવો , અને રાતે સુવાના ૨ કલાક પહેલા ઉપયોગ ના કરવો ઉત્તમ છે)

તમારો દિવસ તમારા આયોજન મુજબ જાય એ માટે પૂર્વ તૈયારી કરી લો અને પહેલેથી જ આભાર (કૃતજ્ઞ બનો) માનો. “આજના મારા સફળ કાર્યો માટે હું ખુબ ખુબ આભારી છું”.

ઓફિસના કાર્યસાથીઓને સવારના નમસ્કાર સ્મિત સાથે કરો. "જય શ્રી કૃષ્ણ","રામ રામ".

તમારું કાર્યસ્થળ (ડેસ્ક) હંમેશા સ્વરછ અને મન પ્રફુલ્લિત કરીદે તેવું રાખો જેથી તમને કાર્ય કરવામાં વધુ ઉત્સાહ આવે અને અઠવાડિયાના પ્રથમ દિવસે પણ તમે તમારા કાર્યસ્થળ પર હોંશથી જશો. આ પુસ્તકમાં આગળ (દૈનિક ઉત્સાહની ચાવીઓમાં) કાર્યસ્થળને ઉત્કૃષ્ટ બનાવવા માટે એક્સરસાઇઝ આપેલી છે.

યાદ રાખો કોઈ પણ કાર્ય નાનું કે મોટું નથી, દરેક કાર્ય ને માન આપો, એ તમારી રોજી રોટી છે. તમારા કાર્યસ્થળ ને મંદિર સમાન માનો.

કાર્યસ્થળ પર આયોજન મુજબના કાર્ય લેતા જાવ અને એક પછી એક કરતા જાવ (હકારાત્મક ભાવથી) કોઈ કાર્યમાં ફેરફાર હોય તો તમારું ચેકલીસ્ટ અપડેટ કરી દો.

તમારા તાત્કાલિક કે અગત્યના કાર્યોને વ્યવસ્થિત રીતે નોંધી લ્યો. આગળ આ પુસ્તકમાં તાત્કાલિક તથા અગત્યના કાર્યોના આયોજન બાબતે એક એક્સરસાઇઝ આપેલી છે.

સૂતાં પહેલાની પળો ખુબ કિંમતી હોય છે. જે તમને આવતીકાલ માટે પ્રેરે છે. સાંજનો સમય ફેમિલી માટે ફાળવો અથવા તમારા મનપસંદ કાર્ય માટે. આવીને મોબાઈલમાં ના ઘુસી જાવ (એક વાર સ્કોર્લ કરવાનું શરૂ કર્યું પછી એ અટકશે નહિ).

તમારા મનપસંદ શ્લોકનું ઉચ્ચારણ કરીને, ઇશ્વરનો આભાર માનો. સ્મિત સાથે આરામથી નીંદ લો.

આવી રીતે તમે તમારી મુજબનું આયોજન અહીં આપેલા ખાલી કોષ્ટકમાં કરી શકો છો. આ દુનિયામાં કોઈ પરફેક્ટ નથી પરંતુ આપણે પરફેક્શનની નજીક રહેવાની કોશિશ અવશ્ય કરી શકીએ છીએ.

અને ખાસ વાત, આ આયોજનમાં જડતા નથી લાવાની આપણે સાંસારિક છીએ, (રોબોટ નથી) પરિસ્થિતિ અનુસાર વર્તવું જેમ કે મહેમાન આવ્યા હોય, કોઈ પ્રસંગમાં જવાનું થાય, પરિવાર કે મિત્રો સાથેનું ગેટ ટુ ગેધર હોય વગેરે.

ઉદાહરણ

5:00 - 5:30	જાગીને ધ્યાન અને કસરત કરીશ.
5:30 - 6:30	કોઈ એક સારું પુસ્તક વાંચીશ.

તમારું કોષ્ટક (અહીં તમે તમારી દિનચર્યાનું આયોજન કરો)

સમય	દિનચર્યાની વિગત

ઉપયોગી ચેકલીસ્ટ

ચિંતા ને ટાળવા	
	તમારી જાત પર નિયંત્રણ રાખો અને શાંત રહો
	ધ્યાન કરો
	મગજ કસવાની રમત શોધો અને રમો
	તૈયાર ચિત્રને રંગ કરો અથવા ચિત્ર દોરો
	અખબાર કે પુસ્તક વાંચો
	વર્કઆઉટ અને અથવા યોગ કરો

આનંદ પ્રાપ્ત કરવા	
	પરિવાર સાથે સમય પસાર કરો
	મિત્રો સાથે સમય પસાર કરો
	વોક પર જાવ
	મનપસંદ રસોઈ બનાવો અથવા શીખો
	સુગંધી મીણબત્તી જગાવો
	રમુજી ફિલ્મ જુવો
તણાવમાંથી રાહત મેળવો	
	ઊંડા શ્વાસ લો.
	સાયકલ ચલાવો
	વોક પર જાવ
	કેફીન મર્યાદિત કરો
	ધ્યાન કરો
	વર્કઆઉટ અને અથવા યોગ કરો

પોષણ - ન્યુટ્રીશન	
	નિયમિત પાણી પીવો
	એક સફરજન
	ઉપવાસ
	ફ્રેશ ફળો અને શાકભાજી
	સ્વસ્થ નાસ્તો
	હળવું ભોજન
	કેફીન મર્યાદિત કરો
	તળેલા ખોરાકને મર્યાદિત કરો
નાણાંનું મનોવિજ્ઞાન તથા સંચાલન	
	ખરીદીની યાદી બનાવો, ખર્ચને ટ્રેક કરો
	દાન કરો
	બિલની ચુકવણી નિયમિત કરો
	ખર્ચની યોજના બનાવો
	પૈસાને વ્યવસ્થિત રીતે યોગ્ય સ્થાને રાખો

	પોતાને દરેક પરિસ્થિતિમાં ધનવાન માનો
	નાણાંની પૂજા કરો, તેને સન્માન આપો
સારો સંબંધ કેળવીએ	
	પરિવાર સાથે સમય પસાર કરો
	માતાપિતા સાથે વાતો કરો
	બાળકની કેર કરો
	તમારા પાલતુને ખવડાવો
	ભેટ તૈયાર કરો, ભેટ આપો
	બાળકને વાર્તા વાંચી સંભળાવો
	પ્રિયને આલિંગન અને ચુંબન આપો
	આઈ લવ યુ કહો
	કોઈ પ્રિય વ્યક્તિને, ખાસ મિત્રને કૉલ કરો
	જાતને પૂછો કે તમારો દિવસ કેવો રહ્યો

નકારાત્મક દૂર કરવા	
	કંઈક નવું કરવાનો પ્રયાસ કરો
	નવી કુશળતાનો અભ્યાસ કરો
	વૉક પર જાવ
	નજીકની વ્યક્તિ સાથે રૂબરૂ દિલ ખોલીને વાતચીત કરો
	નિખાલસ બનો, સાદગી કેળવો
	ઉચ્ચ વિચારો કેળવો
	પ્રાર્થના
	કૃતજ્ઞતા નો ભાવ
	દરેક બાબતનો આભાર માનો
કસરત	
	સાયકલિંગ
	દોડ
	સ્ટ્રેચિંગ એક્સરસાઇઝ
	સ્વિમિંગ

	વર્કઆઉટ
	યોગા
	ધ્યાન
નવું શીખો - જિજ્ઞાસા કેળવો	
	નવી કુશળતાનો અભ્યાસ કરો
	પુસ્તકો વાંચો
	અખબાર વાંચો
	કઈંક નવું સર્જન કરવાની કોશિશ કરો
	તમારા દિવસ વિશેની નોંધ કરો
	કોઈ એક સંગીત વાદ્ય વગાડો
	રંગ કરો અથવા ચિત્ર દોરો
	પોડકાસ્ટ સાંભળો
	મ્યુઝિયમ પર જાઓ
	સારી આદતો કેળવો

બોડી કેર	
	ફુટ બાથ
	વાળની માવજત
	બોડી ગ્રૂમિંગ
	બોડી લોશન
	કપિંગ થેરાપી
	ટૂંકી, હળવી ઊંઘ
	નો સ્મોક, નો આલ્કોહોલ
	ઊંડા શ્વાસ, ધ્યાન
સારી ઊંઘ માટે	
	સુગંધિત કેન્ડલ
	બ્લોક ધ ડિસ્ટ્રેકશન
	ઊંડા શ્વાસ
	ધ્યાન
	સૂતાં પહેલા દૂધ પીવો

	પ્રાર્થના
	તમારા દિવસ વિશેની નોંધ કરો
	એલાર્મ સેટ કરો
	હળવું મ્યુઝિક સાંભળો
	યોગા
	સ્ટ્રેચ એક્સરસાઇઝ
	વર્ક આઉટ
ઘર ને સ્વચ્છ રાખીએ	
	બેડશીટ બદલો
	ટીવી, પંખો, બાથરૂમ, બેડરૂમ, કાર, રસોડું, શાવર અને ટોયલેટ, સિંક, રેફ્રિજરેટર, બારી વગેરે સ્વચ્છ રાખો
	ગાર્ડનિંગ કરો
	કપડાને ઈસ્ત્રી કરો
	ઘરના કચરાનો નિકાલ કરો

ચમત્કારિક સવાર માટે	
	અરીસા પર સ્મિત
	દાંતણ કરો , સ્નાન કરો
	અસમાન જુઓ
	તમારું વજન માપો
	નિયમિત પાણી પીવો
	ધ્યાન
	એક કપ ગ્રીન ટી
	સ્વસ્થ નાસ્તો
	તમારી પથારી ગોઠવો
	સંગીત
	પ્રાર્થના
	પુસ્તક વાંચન
	કસરત કરો

વૈદિક દિનચર્યાની વધુ ઊંડાણથી માહિતી પ્રાપ્ત કરવા "વૈદિક દિનચર્યા" પુસ્તક અવશ્ય વાંચો.

કોણ છું હું?

"જ્યારે તમારું મન સકારાત્મક બને છે ત્યારે
તમે દિવ્ય બનો છો."

નીચે આપેલા વાક્યોનો ઉપયોગ રોજબરોજ કરો, હંમેશા હકારાત્મક રહો.

	મારા જીવનની રચના મારા હાથમાં છે. અને આ શ્રેષ્ઠ અને ઉમદા પ્રયાસમાં ભગવાનનો સાથ છે.
	હું શુદ્ધ અને આનંદી આત્મા છું. હું તૃપ્ત અને સમૃદ્ધ છું.
	દરરોજ, મારું મન અને શરીર સ્વસ્થ બની રહ્યું છે. વધુને વધુ સાત્વિક થતું જાય છે.
	મારું મન અનંત અને દિવ્ય શક્તિઓનો ભંડાર છે. એ સ્થિર અને શાંત છે, મારી આજ્ઞામાં છે.
	મારું શરીર સંપૂર્ણપણે સ્વસ્થ અને સક્રિય છે. આ સૃષ્ટિમાં મારું અસ્તિત્વ એક અદભુત ઘટના છે.
	મારી અંદર ભગવાનની બધી શક્તિઓ બીજ સ્વરૂપે હાજર છે.
	હું ઈચ્છું છું કે બ્રહ્માંડના તમામ જીવો અને પદાર્થો સુખી રહે.

	હું મારી ચેતનાના તમામ પાસાઓમાં એકંદર આરોગ્ય અને સલામતીની સ્થિતિમાં છું.
	કોઈપણ ગ્રહો, તત્વો, અને શક્તિઓ મને માત્ર હકારાત્મક અસર જ કરી શકે છે.
	મારી અંદર મહાન વિચારો, ઉચ્ચ ભાવનાઓ, હકારાત્મક કલ્પનાઓ, પ્રેમ, ચેતના અને અનંત સંભાવનાઓનો ભંડાર છે.
	હું મારા શબ્દો, વર્તન, ક્રિયાઓ, અભિવ્યક્તિઓ અને હાવભાવમાં ઉત્સાહથી ભરપૂર છું.
	હું ઉર્જાથી ભરપૂર છું. હું ઊર્જાના વિશાળ મહાસાગર જેવો છું.
	હું સારા નિર્ણયો લેવા અને તેને અસરકારક રીતે અમલમાં મૂકવા સક્ષમ છું.
	હું સકારાત્મક આદતો કેળવું છું.
	હું અસરકારક પગલાં લઈ રહ્યો છું અને શ્રેષ્ઠ કર્મોનું નિર્માણ કરું છું.
	હું મારી જાતને અને મારા જીવનમાં આવતા તમામ અનુભવોને સ્વીકારું છું.
	હું તમામ સંજોગને સરળતાથી પચાવી શકું છું.
	મારી પાસે જે કંઈપણ છે તે માટે હું અતિ ભાગ્યશાળી અને આભારી અનુભવું છું.

	મને આપવામાં, નવી વસ્તુઓ શીખવામાં અને હસવામાં આનંદ આવે છે.
	હું આ જગતની રચનાનું સુંદર સ્વરૂપ છું. હું દિવ્યતાનું સ્વરૂપ છું.
	હું ખુશ છું અને મને ખુશીનો અનુભવ કરવામાં આનંદ આવે છે.

ઈશ્વર પ્રત્યે કૃતજ્ઞતા

“ તમારા ધ્યેય પ્રત્યે ઉત્સાહી અને જુસ્સાદાર બનો.
કર્મમાં વિશ્વાસ રાખો, અપેક્ષા કરતાં વધુ મળશે. ”

આપણને જે કંઈ પણ મળ્યું છે તેના બદલ ઈશ્વર પ્રત્યે
કૃતજ્ઞતા દર્શાવીએ.

હે પ્રભુ મારા જીવન માટે, મારા કુટુંબ માટે, કાર્ય માટે, આરોગ્ય માટે, તમે મને આપેલ દરેક વસ્તુ માટે, રક્ષણ તથા કાળજી માટે, હું જે હવામાં શ્વાસ લઉં છું તેના માટે હે ભગવાન તમારો ખુબ ખુબ આભાર..

તમારાથી જોડાઈ રહીને હું ઘણા બધા કર્યો પાર પાડું છું. તમે વિશ્વના ના અંત સુધી મારી સાથે છો. હે પ્રભુ હું તમને મારા સ્વાસ્થ્ય માટે આભાર માનું છું.

માનવતાની આ પ્રતિકૂળ ક્ષણોમાં તમે મને ટકાવી રાખ્યો તે માટે ખુબ ખુબ આભાર. આ સમયે હું મારા ખરાબ વર્તન માટે ક્ષમા માંગુ છું

તમારા શબ્દોમાં

હકારાત્મક શબ્દોનો પ્રયોગ

"તમે સવારે જાગો ત્યારે અને રાતે સુવા જાઉં
એ પહેલા જે કઈ વિચારો એ સારું વિચારો."

તમારા મનને સ્વચ્છ, તંદુરસ્ત અને હકારાત્મક વિચારોથી ભરી દો. અહીં આપેલા ખાલી કોષ્ટકમાં ડાબી બાજુ તમે રોજબરોજ વાપરતા નકારાત્મક વાક્યો નોંધો અને એની સામે એનું હકારાત્મક વાક્ય લખો અને હવે તમને જયારે પણ નકારાત્મક વિચાર આવે ત્યારે આ હકારાત્મક વાક્યોથી એને બદલી નાખો. આ અભ્યાસ વારંવાર કરવાથી તમારામાંથી નકારાત્મક વાક્યો ધીમે ધીમે સાવ ઘટી જશે. અલબત્ત સાવ નહીંવત થઇ જશે.

ઉદાહરણ

- હું ગુસ્સો નથી કરતો. => **હું એકદમ શાંત રહું છું અને ધીરજથી કામ લઉં છું**

- હું મોડો નથી ઉઠતો => **હું હંમેશા વહેલો ઉઠું છું**

મારે આ કપડાં પર કોઈ ડાઘ પડવાં દેવા નથી.	મારા કપડાં હંમેશા સ્વચ્છ અને સુઘડ રહે છે.

ચિત્તને આનંદિત કરીએ

" તમારા મન ઉપર કાબુ મેળવવાનો એક રસ્તો એ છે
કે મનને શાંત અને ખુશ મિજાજ રાખતા શીખો. "

અહીંયા તમારે એવી વસ્તુની નોંધ કરવાની છે કે જેને કરવાથી તમને સારી અનુભૂતિ થાય, તમારું મન પ્રફ્ફુલિત થાય. જેમ કે સંગીત અને એની સામે તમારું સૌથી પ્રિય સંગીત. ગેમ્સ, મિત્ર, બીચ પર જવું, બુક વાંચવી, રસોઈ કરવી, રમુજી કાર્ટૂન જોવું વગેરે.

ઉદાહરણ ૧ મંત્ર લેખન કરવાથી મારુ ચિત્ત એક દમ આનંદમાં રહે છે. તો ડાબી બાજુ હું નોંધ કરીશ "મંત્ર લેખન " અને એની સામે તે મંત્ર લખીશ "હરે કૃષ્ણ હરે કૃષ્ણ કૃષ્ણ કૃષ્ણ હરે હરે , હરે રામ હરે રામ રામ રામ હરે હરે "

ઉદાહરણ ૨ મને કોઈ ગીત અતિ પ્રિય છે જેને સાંભળવાથી કે ગુનગુનાવાથી મારુ ચિત્ત એક દમ આનંદમાં રહે છે. તો ડાબી બાજુ હું નોંધ કરીશ "પ્રિય ગીત" અને એની સામે તે ગીતના બોલ લખીશ "તેરે મેરે હોઠોં પે મીઠે મીઠે ગીત મીતવા"

મંત્ર લેખન	હરે કૃષ્ણ હરે કૃષ્ણ કૃષ્ણ કૃષ્ણ હરે હરે , હરે રામ હરે રામ રામ રામ હરે હરે

ઉત્તમ દ્રશ્યોની સર્જના

" તમે તમારા વિચારો ને તમને જે જોઈતું છે તેના તરફ વાળો, હકારાત્મક અભિગમથી અને શ્રદ્ધાથી. **"**

અહીંયા એવા દ્રશ્યોની આકૃતિ બનાવો અથવા તૈયાર આકૃતિ ની પ્રિન્ટ કાઢી ને લગાવો કે જેને જોઈને તમને ખુબ જ સારું અનુભવ થાય છે. ત્યારબાદ એને હકારાત્મક લાગણીથી નીરખીને જુઓ. હવે આંખ બંધ કરો, આ દ્રશ્યને હકીકતમાં અનુભવો અને ચહેરા પર સ્મિત લાવો.

ઉદાહરણ ૧ મને હસતા બાળકનો ફોટો જોઈને ખુબ જ આનંદ થાય છે.

ઉદાહરણ ૨ મને પર્વત પરથી પડતો ધોધ જોઈને ખુબ જ મજા આવે છે.

આપણને મનગમતું

“ સુખ, પ્રેમ, ગૌરવ, કૃતજ્ઞતા, આશા, સંતોષ, દયા, જુસ્સો વગેરે તમને અંદરથી ખુબ જ મજબૂત બનાવે છે. અને આ બધું પામવા આપણે આપણને મનગમતું કરીએ. **”**

અહીંયા તમારે તમારી જાત ને પૂછવાનું છે કે એવું ક્યુ કાર્ય કે પ્રવૃત્તિ છે જે તમને કરવું વધુ પ્રિય છે. જે કરવાથી તમને સારું લાગે છે, સારી અનુભૂતિ થાય છે. એની નોંધ કરો અને સમય કાઢીને બિંદાસ્ત માણો.

ઉદાહરણ

- મને **લોકોની સાથે હળવું મળવું અને બહાર ફરવું** ખુબ ગમે છે

મને	વરસાદી મૌસમમાં લોન્ગ ડ્રાઈવ પર જવું	ખુબ ગમે છે.
મને		ખુબ ગમે છે.
મને		ખુબ ગમે છે.
મને		ખુબ ગમે છે.
મને		ખુબ ગમે છે.
મને		ખુબ ગમે છે.
મને		ખુબ ગમે છે.
મને		ખુબ ગમે છે.
મને		ખુબ ગમે છે.
મને		ખુબ ગમે છે.
મને		ખુબ ગમે છે.
મને		ખુબ ગમે છે.
મને		ખુબ ગમે છે.
મને		ખુબ ગમે છે.
મને		ખુબ ગમે છે.
મને		ખુબ ગમે છે.

મૂડ બનાવો

❝ આપણી દુનિયાને બદલવા માટે આપણને કોઈ ખાસ ચમત્કારની જરૂર નથી. આપણે આપણી અંદર જરૂરી બધી શક્તિઓને પહેલેથી જ વહન કરીએ છીએ. **❞**

આપણી અંદર ઘણી બધી ખાસ બાબત છુપાયેલી હોય છે. પરંતુ શરમ - સઁકોચ ના લીધે આપણે ખુદને બહાર નથી આવવા દેતા. ચાલો આપણે એ શક્તિઓને બહાર કાઢીએ.

ઉદાહરણ ૧ અહીં તમને પસંદ હોય તે ગીતના બોલ (તમે પોતે પણ પોતાના ગીત સર્જી શકો છો) લખો. પછી આંખો બંધ કરીને તે ગીતને મનમાં ગુનગુનાવો, ધીમે ધીમે એ ગીતોના બોલને હોઠ પર લાવો અને સાંભળો અને એનાથી પણ વિશેષ, તમને વધુ મોજ પડે તો એને મન મૂકીને મોટેથી ગાવાનું શરૂ કરો.

ઉદાહરણ ૨ અહીંયા કોઈ ફિલ્મનો ગમતો ડાઈલોગ લખો, આંખો બંધ કરીને તમે હીરો / હિરોઈન તરીકેની ખુદની કલ્પના કરો, તમને વધુ મોજ પડે તો એ ડાઈલોગ બોલતા બોલતા એક્ટિંગ પણ કરો.

શ્રેષ્ઠ સમયની યાદી

" જ્યારે તદ્દન અંધારું થઇ જાય, ત્યારે જ આપણે ઝળહળતા સિતારાઓને માણી શકીએ છીએ. **"**

અહીંયા એ વસ્તુ કે વ્યક્તિની નોંધ કરવી જેના સાથે તમે શ્રેષ્ઠ સમય પસાર કરી શકો છો. જે વસ્તુ કે વ્યક્તિ સાથે તમને સમય પસાર કરવાથી હકારાત્મક ફીલ થાય છે. મનમાં એ ઉત્તમ સમય યાદ કરો. અને નજીકના ભવિષ્યમાં તમે એ અનુભવને હકીકતમાં મેળવો (અથવા તો અત્યારે જ).

ઉદાહરણ

- નાના બાળકો ને ગેલ ગમ્મ્ત સાથે ભણાવવા એ મારે માટે શ્રેષ્ઠ સમય છે.

સુંદર વિચારોની યાદી

❝ તમારી વિચારસરણી તમારી વાસ્તવિકતા સર્જે છે. ❞

અહીંયા તમારે તમારા સુંદર વિચારોની યાદી બનાવવની છે. આ વિચારો કોઈ પણ હોઈ શકે, બસ એને વાંચીને તમને આનંદ થવો એ મહત્વની બાબત છે. આ વિચારોને અહીંયા લખી હકારાત્મક લાગણીથી એને અનુભવો. સુખદ બાબતોને માણો.

ઉદાહરણ

- **રમુજી ક્ષણો** => અમે ક્રિકેટ રમતા ત્યારે જે દોસ્તાર સૌને વહેલા પહોંચવા માટે ના બૂમબરાડા પાડતો. અંતે એને બોલાવવા બીજા ૨ જણાને મોકલવા પડતા. હા હા હા હા ...

સુખદ સ્મૃતિઓ	રમુજી ક્ષણો
કુદરત ને લગતું	પ્રિયજન ને લગતું
ભાવિ ઘટનાઓની કલ્પના	પ્રિય ગીત ગુંજન

પાલતુ પ્રાણી વિશે	ખાસ મિત્ર વિશે
તમને યોગ્ય	તમને યોગ્ય
તમને યોગ્ય	તમને યોગ્ય

ગિફ્ટ્સની (ભેટની) યાદી

“ પ્રેમ અને કરુણા સાથે આપવામાં આવેલી
નાનામાં નાની ભેટ પણ અમૂલ્ય છે. ”

આપણા વ્હાલા લોકો તરફ પ્રેમને અભિવ્યક્ત કરીએ. જેમને ચાહીએ છીએ એમને વિશેષ મહત્વ આપીએ. અહીંયા તમારે ગિફ્ટ્સની (ભેટ) સુંદર યાદી બનાવની છે. કોઈને પ્રેમથી ભેટ આપવાથી આપણામાં પણ ઉત્સાહ અને હકારામતક ભાવ જાગે છે. કોઈ જરૂરીયાતમંદ વ્યક્તિ કે સંસ્થાને દાન કે ભેટ આપવાથી વિશેષ આનંદ પ્રાપ્ત થાય છે.

ઉદાહરણ

- મારી પ્રેમાળ માઁ ને માટે ભેટ, શ્રી કૃષ્ણ ભગવાનની મૂર્તિ - ૦૫/૦૮

પ્રિય વસ્તુઓ / વિષયોની યાદી

“ ઉચ્ચ વિચાર અને પ્રેમના મિશ્રણથી આકર્ષણનો નિયમ વધારે શક્તિશાળી બને છે ”

આપણી પ્રિય વસ્તુઓની યાદી બનાવીને એ યાદીમાંથી ચોક્કસ સમયે એને લગતી ઈચ્છાઓની પૂર્તિ કરવાથી આપણે પોતાને વિશેષ આનંદ આપીએ છીએ. તમારી મનગમતી - પ્રિય વસ્તુઓની યાદી બનાવો અને નજીકના ભવિષ્યમાં ઈચ્છા પૂરી કરો (અથવા તો અત્યારે જ).

ઉદાહરણ

- પ્રિય સ્થળ, ઇસ્કોન મંદિર (આ રવિવારે જ જઈશું)
- પ્રિય ભોજન, પાવભાજી

પ્રિય	પ્રિય
પ્રિય	પ્રિય
પ્રિય	પ્રિય
પ્રિય	પ્રિય
પ્રિય	પ્રિય

સ્પષ્ટ બાબત

“ તમારી મનગમતી ચીજ તમારા સુધી પહોંચાડવા માટે બ્રહ્માંડ પોતાની વ્યવસ્થા બદલશે, એની ચિંતા તમારે નથી કરવાની **”**

અહીંયા સ્પષ્ટ કરો કે દરેક બાબતમાં તમે કેવા ઉત્તમ પ્રકારનું જીવન ઈચ્છો છો? તમે જેવું ઈચ્છઓ છો એ વસ્તુ તમને મળશે એવા ભાવથી નહીં પરંતુ તમને મળી જ ગયું છે એવા ભાવથી ખુશ થઈને આભાર માનવાનો છે.

ઉદાહરણ

- મારું આ પુસ્તક દુનિયાભરના લોકો સુધી પહોંચી ગયું છે. લોકો આ પુસ્તકના ઉપયોગથી ખુબ સુખી અને સમૃદ્ધ થાય છે. **એ બદલ હું બહુ ખુશ છું અને આભારી છું**

એ બદલ હું બહુ ખુશ છું અને આભારી છું

એ બદલ હું બહુ ખુશ છું અને આભારી છું

એ બદલ હું બહુ ખુશ છું અને આભારી છું

એ બદલ હું બહુ ખુશ છું અને આભારી છું

જીવનની સમયરેખા

“ ધ્યેય ચંદ્ર સુધીનો રાખો, જો તમે ચૂકી જશો,
તો પણ તમે તારાઓની વચ્ચે ઉતરી જશો. **”**

દરેક ઉંમરની પોતાની એક મજા હોય છે. જે મનોરંજક અને રોમાંચક હોય છે. જેમ જેમ આપણે સમજણા થઈએ છીએ, તેમ તેમ આપણે આપણી ભાવિ ઈચ્છાઓની કલ્પનાઓ કરવાનું શરૂ કરીએ છીએ. કોઈ ચોક્કસ વયે પહોંચીએ ત્યારે આપણે શું -શું કરીશું તે વિશે અગાઉથી વિચારવા લાગીએ છીએ.

જેમ કે કોઈ મનગમતી પ્રવૃત્તિ કરવા વિષે, ધારેલા લક્ષ્યો હાંસલ કરવા બાબતે, ગમતી વસ્તુ ખરીદવા વિષે, પરિવાર સાથે સારા સ્થળે ફરવા બાબતે અને આપણા જીવનના તમામ સપનાઓ ને હાંસલ કરવા માટે આપણે સતત એ સપનાઓને.. એ ઈચ્છાઓને મનમાં વાગોળ્યા રાખીએ છીએ.

તો અહીં આપેલા **સમય રેખાના ચાર્ટમાં** ક્યાં વર્ષમાં પોતાને ક્યાં જુઓ છો અને ભવિષ્ય શું પ્રાપ્ત કરવા માંગો છો તેની નોંધ કરો (બેફિકર ચાહો અને શ્રદ્ધા રાખો).

એમાંથી જો કોઈ ઉંમરનો પડાવ જતો રહ્યો હોય અને એ પડાવમાં તમે જોયેલા સપનાઓમાંથી કંઈક બાકી રહી ગયું છે, કંઈક છૂટી ગયું છે, કંઈક પ્રાપ્ત કરવાનું રહી ગયું છે. તો ફક્ત તમારી આંખો બંધ કરો અને કલ્પના કરો કે તમે જે ધાર્યું હતું તે તમારી પાસે પહેલેથી જ છે. તેના વિશે ખરેખર આનંદ અનુભવો અને તમારા ચહેરા પર એક મોટું સ્મિત આવવા દો. અને તેની નોંધ પણ એ ઉંમરના પડાવની સામે કરો. આ આનંદની લાગણી તમારા હ્રદયમાં રાખવાનું યાદ રાખો.

આ કરીને, તમે બ્રહ્માંડને તમારા આવનારા સમય માટે સારા સંકેત મોકલો છો. તમારા ભવિષ્યના સપનાઓ સિદ્ધ થાય તે માટે હકારાત્મક વિચારોનો સેતુ બાંધો છો.

ઉદાહરણ

- **18 થી 25** વર્ષની વચ્ચે કોઈ કંપનીમાં કામ કરીને નવી વસ્તુઓ શીખીશ અને અનુભવ પ્રાપ્ત કરીશ.
- જ્યારે મારી ઉંમર **26 થી 35** વર્ષની વચ્ચે હશે, ત્યારે મારી પોતાની કંપની હશે અને ઘણા પૈસા કમાઈશ.
- તે પછી, **35 થી 50** વર્ષ સુધી, હું મારો સમય અન્ય લોકોને મદદ કરવામાં અને સમુદાય માટે સારા કાર્યો કરવામાં વિતાવીશ.

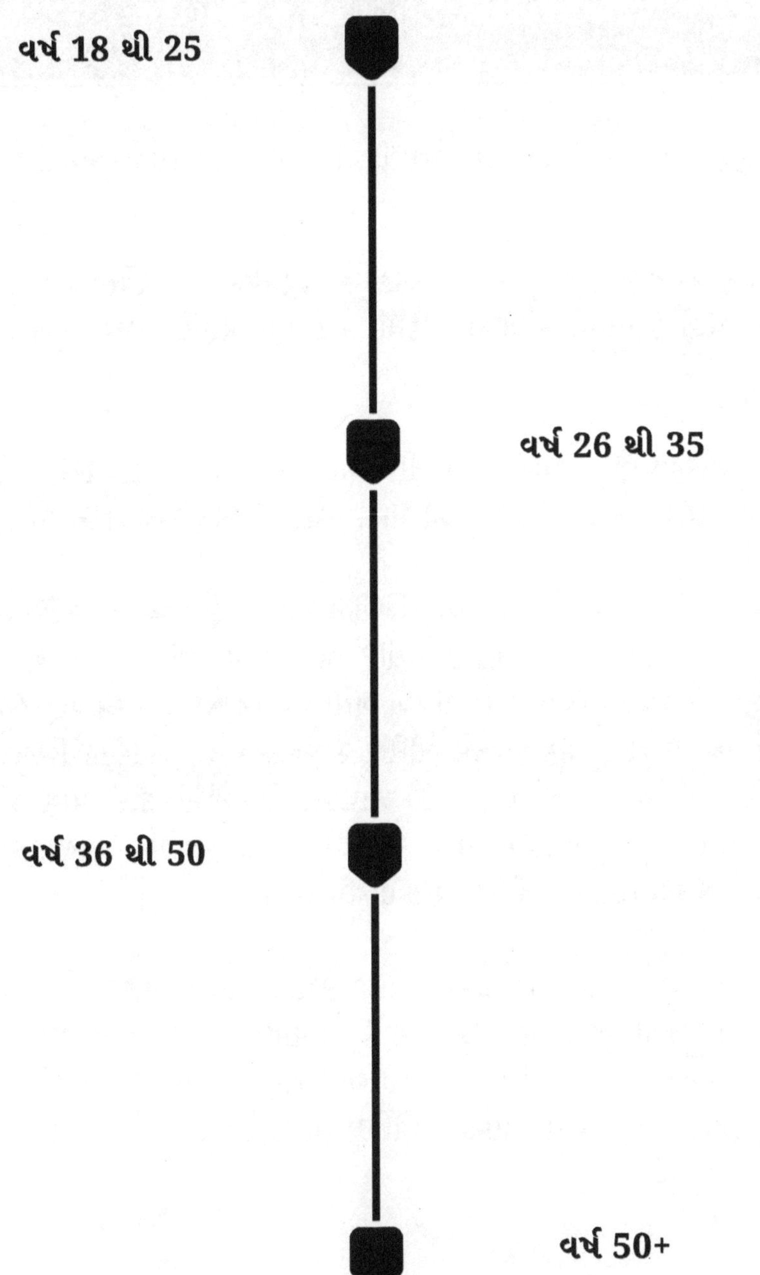
વર્ષ 18 થી 25
વર્ષ 26 થી 35
વર્ષ 36 થી 50
વર્ષ 50+

તાત્કાલિકનું * અગત્યનું * ક્ષણભરનું

❝ બે સસલાનો પીછો કરવાથી એક પણ હાથ આવતું નથી. ❞

સમયનું આયોજન કરવું એટલે ચોક્કસ પ્રવૃત્તિઓ પર વિતાવેલા સમયને સભાનપણે નિયંત્રિત કરવાની પ્રક્રિયા. આપણો સહુનો સમય ખુબ કિંમતી છે.

ધારો કે, આપણે આપણી કલાકની કિંમત 500 રુપિયા રાખીએ. હવે તમે તમારા સમયને કઈ કઈ પ્રવૃત્તિઓ માટે ખર્ચો છો એનું અવલોકન કરો.

ધારો કે, મેં ૪-૫ કલાક કોઈ વેબ સિરીઝ પાછળ ફાળવ્યા તો એમાંથી મને કોઈ પણ પ્રકારની ઉત્પાદકતા વધી? જવાબ ના માં જ આવશે. એનો મતલબ મેં ૨૫૦૦ (૫૦૦*૫) રૂપિયા ગુમાવ્યા. (હજુ એમાં આપણે બાકીનો ખર્ચ નથી ઉમેરતા જેમ કે તમે લીધેલું સબસ્ક્રિપ્શન, ઇલેક્ટ્રિક બિલ વગેરે વગેરે..) હું એમ નથી કેહતો કે આપણી જિંદગીમાં કોઈ પણ પ્રકારનું મનોરંજન ના હોવું જોઈએ. પરંતુ આપણે એ તો અવશ્ય અવલોકન કરવું જોઈએ કે આપણો કિંમતી સમય ક્યાં વપરાય છે.

કોઈ પણ વ્યક્તિની અસરકારકતા, કાર્યક્ષમતા અને ઉત્પાદકતા માટે ઘણા બધા પરિબળો જવાબદાર છે જેમ કે સામાજિક કે ધંધાર્થી કાર્યો, કુટુંબ પ્રત્યેની ફરજો, શોખ, અંગત રુચિઓ અને સમયની મર્યાદિત પ્રકૃતિ સાથેની પ્રતિબદ્ધતાઓને લગતી વ્યક્તિની વિવિધ માંગણીઓ.

ઘણી વખત આપણે અગત્યની વાતો ને અવગણીને એવી ફાલતુ પ્રવૃત્તિઓ પાછળ સમય વેડફતા હોઈએ છીએ જેનો આપણે ખ્યાલ પણ હોતો નથી.

જે થયું તે, ચિંતા કરવાની જરૂર નથી, અહીં આપેલા ચાર્ટ (Urgent - Important Matrix) નો ઉપયોગ રોજબરોજ કરવાનો છે.

- જે કાર્ય તાત્કાલિકનું છે અને અગત્યનું પણ છે આવા કાર્યોને પ્રથમ બોક્સમાં મુકો અને એ કાર્યો પહેલા કરો. (ઉ. દા : ક્લાઈન્ટ સાથેની મિટિંગ)
- જે કાર્ય તાત્કાલિકનું છે પણ અગત્યનું નથી મતલબ કોઈ બીજા તમારા વતી કરે તો ચાલે, એમને સોંપી દો. (ઉ. દા : ઓફિસ ના કોઈ ડોક્યુમેન્ટની પ્રિન્ટ કાઢવી)
- જે કાર્ય માટે ઉતાવળ નથી (મતલબ થોડો સમય પછી કરો તો ચાલશે) એને કોઈ બીજા દિવસ માટે શેડ્યૂલ કરી દો. (કેલેન્ડરમાં કે ડાયરીનો ઉપયોગ વિશેષ કરો.) (ઉ.દા: લાઈટ બિલની ચુકવણી)
- એવા કાર્ય જે અગત્યનું પણ નથી અને કોઈ ઉતાવળ પણ નથી. જે ખરેખર બિનઉત્પાદક છે એવા કાર્યોને લાસ્ટ બોક્સમાં નોંધો અને એને તદ્દન અવગણો.

	તાત્કાલિકનું	**ઉતાવળ નથી**
અગત્યનું	પહેલાં કરો	શેડ્યૂલ કરો
અગત્યનું નથી	બીજાને સોંપો	અવગણો (કાર્યને ડિલીટ કરો)

અને જે ફક્ત ક્ષણભરનું છે.. માત્ર ક્ષણભરનું (૫-૧૦ મિનિટ) પણ એ કરવાથી તમને સારું અનુભવાય છે. જેમકે માતાપિતાની યાદ આવી છે ૫ મિનિટ કોલ કરી લઉં. મૂડ નથી તો પાંચેક મિનિટ કોઈ એક્સરસાઇઝ કરી લઉં. કોઈ ગીત સાંભળી લઉં. કોઈ મિત્ર ને સાથે હાઈ-હેલો કરી લઉં. એ ક્ષણભરનો સમય આપવાથી તમારામાં વધુ ઉત્સાહ આવે છે તો ચાર્ટ તરફ ના જોતા અને કરી દો.

ક્ષણભરનું

કાર્ય સ્થળને રસપ્રદ બનાવીએ

❝આપણી આસપાસનું અસ્તવ્યસ્ત વાતાવરણ આપણી આધ્યાત્મિક પ્રગતિને મુશ્કેલ બનાવી શકે છે. (આધ્યાત્મિક પ્રક્રિયાનો અર્થ એ છે કે તમે જે પણ કરી રહ્યા છો, તમે તે સભાન થઈને કરી રહ્યા છો)❞

આપણું કાર્ય સ્થળ (આપણું ડેસ્ક) એ આપણા માટે મંદિર સમાન છે. એ એકદમ સ્વચ્છ અને જોઈને મન પ્રફૂલ્લિત થઈ જાય એવું હોવું જોઈએ. તમારા કામ કરવાના સાધનોને પણ સ્વરછ અને સુંદર રાખવા એટલા જ જરૂરી છે. પોતાના કાર્ય સ્થળને સ્વચ્છ અને સુશોભિત રાખવાથી કાર્ય પ્રત્યે ઉત્સાહ જાગશે, સમગ્ર દિવસ દરમિયાન મનમાં તાજગી ભરી રહેશે અને કાર્ય સ્થળ પર હકારાત્મક વાતાવરણ સર્જાશે.

પોતાના કાર્ય સ્થળને સ્વચ્છ અને સુશોભિત રાખવામાં બહુ મહેનત કે ખર્ચ નથી. કોઈ એક સારા નેપકીનથી સ્વચ્છ કરી શકો અને સુશોભિત કરવા માટે તમે કોઈ ઇન્ડોર પ્લાન્ટ રાખી શકો છો. કોઈ ગમતી વ્યક્તિ ની છબી રાખી શકો વગેરે વગેરે.

ચાલો તો અહીં આપણે આપણા કાર્યસ્થળને સ્વચ્છ અને સુશોભિત માટેનું ચેક લિસ્ટ બનાવીએ અને એ પ્રમાણે રાખીએ. અને હા આભાર કહેવાનું નહિ ભૂલીએ.

ઉદાહરણ

- ઇન્ડોર પ્લાન્ટ, ભગવાનની છબી, માતપિતાની છબી, પ્રિયતમાની છબી, પુસ્તકો વગેરે.

	આભાર

અભિવાદનની યાદી

“ તમે જયારે તમારી જાતને કહો, 'મારી મુલાકાત અથવા મારી યાત્રા જરૂર આનંદદાય રહે. ત્યારે તમે મુસાફરી જતા પહેલા શાબ્દિક રીતે એવાં તત્વો તથા પરિબળોને આવકારો છો, જે તમારી મુલાકાત કે યાત્રા ને આનંદદાય બનાવે છે. ”

અહીં આપણે ખુબજ સારા અભિવાદન (ગ્રિટીંગ્સ) ની યાદી બનાવીએ અને એનો ઉપયોગ રોજબરોજ દરેક અવસર પર કરીએ.

ઉદાહરણ ૧ મારી યાત્રા આનંદમય રહે.
ઉદાહરણ ૨ તમારો દિવસ શુભ રહે. (બીજા માટે પણ વાપરીએ)

માંગો * ભરોસો રાખો * મેળવો

> “ આકર્ષણના નિયમની અસરકારકતા જોવા માટે નાની વસ્તુઓથી શરૂઆત કરો. આનંદ અને સુખની લાગણીને બ્રહ્માંડમાં મોકલો. ”

બ્રહ્માંડના નિયમ અનુસાર આપણે જે વિચારશુ, જેવું માંગશું એવું આપણે મળશે. હકારાત્મક ભાવ અને આંનદથી જે પણ પ્રબળ ઈચ્છાઓ રાખીશું એ પુરી થશે. એ માટે આપણે નાની વસ્તુઓથી શરૂઆત કરીએ અને ધીમે ધીમે મોટી ઈચ્છાઓ તરફ જઈએ.

અહીં, નાની નાની વસ્તુઓ (ઈચ્છાઓ) ની યાદી બનાવો, અને તમે જે ઇચ્છ્યું છે એ મળી જાય એટલે તુરંત તેનો હ્રદય પૂર્વક આભાર માનો.

ઉદાહરણ

- પાર્કિંગની જગ્યા મળવા બદલ આભાર
- સવારમાં મસ્ત ચા મળવા બદલ આભાર

	આભાર

આવતીકાલનો ચમત્કાર

“ જીવનમાં કંઈ પણ પ્રાપ્ત કરવા ખુશ થાવ અને ખુશીનો અનુભવ કરો. **”**

દરરોજ રાત્રે સુતા પહેલાં દિવસભર ના બનાવોને યાદ કરો, જે બાબત તમારી ઈચ્છા અનુસાર ના બની હોય તો, એ કઈ રીતે બની હોત તો તમને સંતોષ થયો હોત તેની કલ્પના તમારા ચિત્તમાં કરો. તમને જોઈતા હતાં તેવા બનાવોને સર્જો.

નવા વિચાર સાથે સ્મિત કરીને આરામથી સુઈ જાવ અને આવતીકાલ ના ચમત્કાર માટે તૈયાર થઇ જાઓ. શુભરાત્રી અને ધન્યવાદ.

ઉદાહરણ

- આજે કાર્ય સ્થળ પર એક કર્મચારી પર બધાની સામે ગુસ્સો થઇ ગયો એ સારું નથી થયું. => **હું એ કર્મચારીને પોતાની કેબીનમાં બોલાવીને વાતને ખુબ હળવી રીતે લઉં છું અને જે બાબત પર ગુસ્સો હતો એનું નિરાકરણ ગુસ્સા વગર શાંતિથી આવી ગયું.**

આજના ઘટેલા બનાવો	તમારી ઈચ્છા અનુસાર એની કલ્પના તમારા ચિત્તમાં કરો.

કૃતજ્ઞતાનો ભાવ

" તમારી જિંદગીમાં વધુ સારું અને બધું સારું મેળવવા માટે કૃતજ્ઞતા ભાવ અનિવાર્ય છે. **"**

આપણી જિંદગીમાં આપણી સફળતા પાછળ ઘણા લોકોનો ફાળો હોય છે. જેમકે માતપિતાથી લઈને આપણા ગુરુજી, ગુરુજીથી લઈને સ્કૂલમાં કામ કરતા સફાઈ કર્મચારીઓ વગેરે. અહીં આપણે જેના પણ ઋણી છીએ તેવી વ્યક્તિની કે વસ્તુઓની યાદી બનાવીએ અને આભાર વ્યક્ત કરીએ. આભાર આપતી વખતે કૃતજ્ઞતાની ખરી લાગણી અને સ્મિત એ મધ જેવું કાર્ય કરે છે એનો ઉપગોગ વધુ કરશો. તમારી પાસે જે છે, અને જેને માટે તમે આભારી છો, તેવી વસ્તુઓ પર ધ્યાન કેન્દ્રિત કરો, આભાર વ્યક્ત કરો.

ઉદાહરણ

- મારા માતાપિતા તથા ગુરુજનોનો ખુબ ખુબ આભાર.

કૃતજ્ઞ માળા / મણકો

" કૃતજ્ઞતા વ્યક્ત કરવાનો રોજીંદો ક્રમ એ એવી નહેર છે જેના દ્વારા સંપત્તિ, યશ વગેરે તમારા તરફ ખેંચાઈ આવશે. **"**

કૃતજ્ઞતા વ્યક્ત કરવા માટેની યાદી ને વધુમાં વધુ બનાવતા જાવ અને હવે આપણે કૃતજ્ઞ માળા (રુદ્રાક્ષની) કે માળાનો કોઈ એક મણકાનો ઉપયોગ કરીશું. આ માળા કે મણકો હંમેશા તમારી સાથે રાખી શકો. આ પવિત્ર માળા દ્વારા ભગવાનનું નામ જપવાથી તમારામાં હકારાત્મક ઊર્જાનું સંચાર થાય છે.

હવે એક નિરાંતની જગ્યા શોધો અને આ જ માળા અથવાતો મણકો આપણી બંધ હથેળીમાં રાખી આંખો મીંચી એવી વસ્તુઓ કે બાબત પર ધ્યાન કેન્દ્રિત કરો જેને વિષે તમે કૃતજ્ઞ હોવ. ખરા હૃદયથી સ્મિત કરો. કૃતજ્ઞતા વ્યક્ત કરો.

દરરોજ સવારે પથારીમાંથી ઉભા થાઓ ત્યારે, આપણો દિવસ શુભ રહે તેવા હકારાત્મક ભાવ સાથે આભાર માનવાની ટેવ પાડો. આપણા જીવનમાં મળેલ અમૂલ્ય વસ્તુઓને યાદ કરો, તમને આશ્ચર્ય થશે કે ભગવાને (સમગ્ર બ્રહ્માંડે) તમને કેટલું આપ્યું છે અને તમારા માટે કેટલું બધું કર્યું છે. તે બદલ આભાર વ્યક્ત કરો.

ઉદાહરણ

- સવારે મારી આંખો ખુલી, અને હું પ્રકૃતિને સારી રીતે માણી શકું છું. મને આટલી સુંદર આંખો આપવા બદલ, **હે પ્રભુ તમારો ખુબ ખુબ આભાર**

	પ્રભુ તમારો ખુબ ખુબ આભાર.
	પ્રભુ તમારો ખુબ ખુબ આભાર.
	પ્રભુ તમારો ખુબ ખુબ આભાર.
	પ્રભુ તમારો ખુબ ખુબ આભાર.
	પ્રભુ તમારો ખુબ ખુબ આભાર.
	પ્રભુ તમારો ખુબ ખુબ આભાર.
	પ્રભુ તમારો ખુબ ખુબ આભાર.
	પ્રભુ તમારો ખુબ ખુબ આભાર.
	પ્રભુ તમારો ખુબ ખુબ આભાર.
	પ્રભુ તમારો ખુબ ખુબ આભાર.

ગુસ્સાને પ્રેમમાં બદલીએ

" આપણી લાગણીઓ અને ભાવનાઓ ફક્ત ક્ષણિક છે. **"**

અહીં તમે, તમને જે બાબતમાં ગુસ્સો આવે છે અથવા તો આવ્યો છે એની નોંધ કરો. અને સામેની બાજુ એના બદલે શું યોગ્ય પ્રતિક્રિયા કરી હોત તો વધુ સારું હોત એ લખો અને આંખ બંધ કરી એ પ્રતિક્રિયાને અનુભવો, ચહેરા પર સ્મિત લાવો અને જો કોઈ તમારા ગુસ્સાનો શિકાર બન્યું છે તો એને સોરી કહી દો. ભૂલ કબુલવાથી આપણને જ હળવાશનો અનુભવ થાય છે.

ઉદાહરણ

- કોઈ મારી મજાક ઉડાવે તો મને ગુસ્સો આવે છે => **હું મસ્તી - મજાક ને બહુ હળવાશથી લઉં છું**

ગુસ્સો	પ્રેમથી

શેરી રમતો

"બાળપણની શેરી રમતો એ જીવનની સૌથી
કિંમતી ક્ષણોનો સંગ્રહ છે."

અહીં, આપણે આપણા બાળપણની યાદો તાજી કરીએ, એ બધી રમતોના નામ નોંધીએ જે આપણે આપણી શેરીમાં આપણા મિત્રો સાથે રમતા હતા, પ્રત્યેક ક્ષણને આંખો મીંચીને અનુભવીએ. અને મોજ પડે તો આ રમતો રમીએ.

ઉદાહરણ

- લખોટી, ભમરડો, ક્રિકેટ, ખો ખો, મોઇ દાંડિયો, સંતા કુકડી, પકડમ પકડી વગેરે.

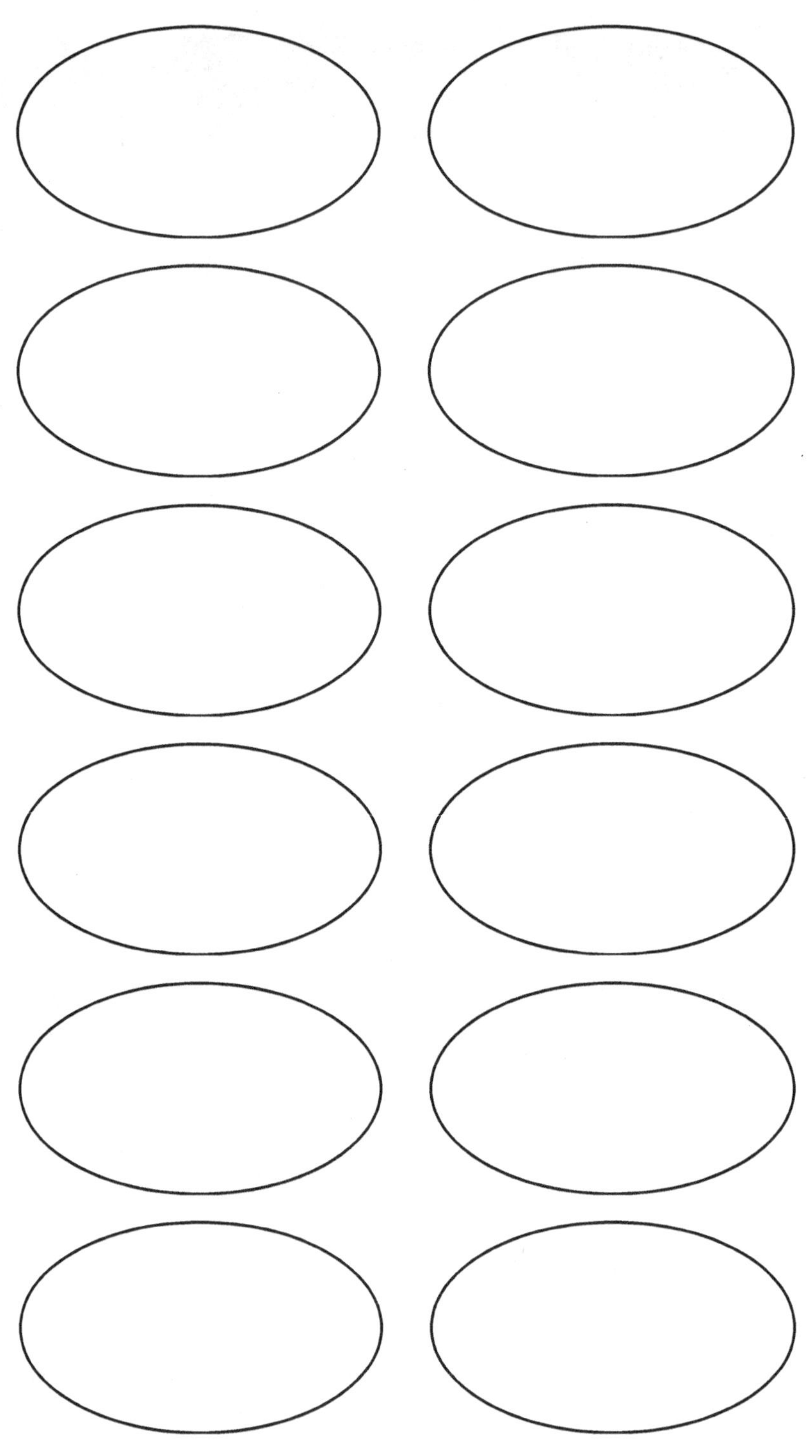

સફળતાની કલ્પના

❝ હકારાત્મક વિઝયુલાઈઝેશન એ સફળતાનું સૌથી મોટું રહસ્ય છે. ❞

આ પુસ્તકમાં આગળ આપણને વિચારોની શક્તિનું (આકર્ષણના નિયમનું) જ્ઞાન મળી ગયું છે. તમારા સપનાઓને પુરા કરવા વિચારોને ગતિશીલ બનાવીએ. એને હકારાત્મક ભાવથી વિઝયુલાઈઝ કરીએ.

અહીં આપણે વિઝયુલાઈઝેશનની એક્સરસાઇઝ કરીએ (આ પ્રક્રિયા કરવા ચિત્રને ખુબ જ ગતિશીલ બનાવો).

ઉદાહરણ

- તમારા હાથના પાછળના ભાગનું અવલોકન કરો, તેની ત્વચાનો રંગ, કરચલીઓ, કોઈપણ ટેટૂ, રિંગ્સ અને આંગળીના નખની નોંધ લો. પછી, તમારી આંખો બંધ કરો અને તમારા મનપસંદ વાહનના સ્ટીયરિંગ વ્હીલને પકડતા તમારા હાથ અને આંગળીઓની કલ્પના કરો અને અનુભવો.

વસ્તુઓની નોંધ કરો.	કલ્પનાની નોંધ કરો.

દ્રષ્ટિકોણની રચના

" તમારા જીવનમાં કંઈ પણ મેળવવાનો સરળ રસ્તો એ જ છે કે તમે ખુશ થાઓ અને ખુશીનો અનુભવ કરો. "

જેવી દ્રષ્ટિ તેવી સૃષ્ટિ, એટલે કે આપણું જીવન (આપણી સૃષ્ટિ) એ આપણે દુનિયાને કેવી નજરથી જોઈએ છીએ તેના પર નિર્ભર કરે છે. જેવા આપણે તેવી આપણી દુનિયા. જો આપણો અભિગમ સકારાત્મક હોય તો આપણને બધું જ સકારાત્મક જ દેખાશે અને જો આપણો અભિગમ નકારાત્મક હશે તો આપણને આ દુનિયામાં કંઈ પણ સકારાત્મક દેખાશે નહિ.

આપણો દ્રષ્ટિકોણ એ જ આપણું સાચું ભવિષ્ય રચે છે. જેવી આપણી ભાવના, ઈચ્છા, અને કલ્પના હોય તે જ પ્રમાણે જીવન પ્રાપ્ત થાય છે.

અહીં આપેલા ખાલી બોર્ડમાં, તમે જે વસ્તુ, વિષય કે વ્યક્તિની ઈચ્છા ધરાવો છો, જે વસ્તુને આકર્ષવા માંગો છો (જેમ કે ગાડી, બંગલો, ધન વગેરે) એના ચિત્રો અહીં આપેલા બોર્ડ પર લગાવો, અથવા તો જાતે ડ્રોઈંગ પણ કરી શકો છો.

આ બોર્ડની મદદથી તમે તમારી કલ્પનાને હકીકતમાં આકર્ષી શકો છો. આ બોર્ડને એવી જગ્યાએ મુકો કે દરરોજ એના પર નજર પડે. અને એ વસ્તુ તમારી પાસે છે જ એવી લાગણી અનુભવો. જેવી તમને એ વસ્તુઓ મળી જાય ત્યારે આભાર કહીને એ ચિત્ર હટાવી નવાં ચિત્રો (નવી ઈચ્છાઓ) ને મુકો.

હકારાત્મક વાણીનો ઉપયોગ

“ તમારા જીવનની ખુશી તમારા વિચારોની
ગુણવત્તા પર આધારિત છે. **”**

તમારા જીવનના તમામ સંવાદમાં હંમેશા સકારાત્મક વલણ રાખો. હંમેશા હકારાત્મક વાક્યો બોલો.

અહીંયા તમારે રોજબરોજ ઉપયોગમાં લેવાતા નકારાત્મક વાક્યો ની યાદી કરીને એની સામે સુંદર હકારાત્મક વાક્યોનું નિર્માણ કરી અને હવેથી તમારા જીવનમાં આ હકારાત્મક વાક્યોનો ઉપયોગ કરશો.

ઉદાહરણ

- મને આ પોસાય નહીં => **હું એ પામીશ, હું એ મેળવીશ.**
- આ મારી આવડત નથી => **હું એ આવડત કેળવીને ચોક્કસથી કરી શકીશ.**

નકારાત્મક વાક્યો	હકારાત્મક વાક્યો

આંકડાઓની માયાજાળ

"આ સમગ્ર બ્રહ્માંડના ખજાનામાંથી બધી જોઈ શકાય તેવી સંપત્તિ ઉદ્ભવે છે. તે ક્યારેય ખાલી નથી થતી. હંમેશા એ તમારી સાથે જ હોય છે, તમારી શ્રદ્ધા તથા તમારી લાગણીનો પ્રતિભાવ તે હંમેશા આપે છે."

આપણે રોજબરોજ આંકડાઓની માયાજાળમાં ફસાયેલા હોઈએ છીએ. તેમાંથી સૌથી વધુ ચિંતા આપણને ખર્ચના આંકડાઓ માટે હોય છે.

બ્રહ્માંડના આકર્ષણના નિયમ મુજબ તમે જે વસ્તુ પર ધ્યાન કેન્દ્રિત કરો છો તે તમને મળે છે. જો તમે ખર્ચ પર વધુ વિચારશો તો ખર્ચ પ્રાપ્ત થશે. તેના બદલે એટલી રકમ તમને મળી છે એવો ભાવ રાખશો તો તમને ધન પ્રાપ્ત થશે.

નીચે આપેલા ટેબલમાં તમારે જે કંઈ પણ ખર્ચ થયો છે તેની રકમ લખીને એટલા પૈસા તમને મળ્યા છે એવા ભાવ સાથે આભાર વ્યક્ત કરવાનો છે. તમે ચાહો તો રકમનો આંકડો વધારીને પણ લખી શકો છો. અને જાણે કે તમને એટલી રકમ મળી ગઈ છે એવી લાગણી અનુભવો.

ઉદાહરણ

- વીજળીનું બિલ ૭૫૦૦ રૂપિયા. મને મળવા બદલ આભાર.

રકમ / બિલની વિગત	આભાર માનો

માનસિકતા બદલીએ

" ધન / સંપત્તિ એ એક માનસિકતા છે. તમે કેવી રીતે વિચારો છો એના પર તેનો આધાર છે. **"**

મોટાભાગે લોકોમાં ધન બાબતે નકારાત્મક લાગણી કેળવાઈ ગયેલી છે. જેમ કે મારી પાસે પૈસા નથી, બહુ મંદી છે, પૈસા ટકતા નથી વગેરે વગેરે.. અને આ પ્રકારની નકારાત્મક લાગણીઓ ધનને તમારી પાસે આવતા રોકે છે. અહીંયા તમારે ધન (પૈસા) બાબતના વાક્યોનો ઉપયોગ હંમેશા હકારાત્મક ભાવથી કરવાનો છે, અને ખાલી બોક્સમાં તમે હકારાત્મક વાક્યોની નોંધ કરો અને હવેથી તમારા જીવનમાં આ વાક્યો નો ઉપયોગ કરશો.

ઉદાહરણ

- મારી પાસે પૈસા નથી => **મારી પાસે પર્યાપ્ત ધન છે. હું ધનનું ચુંબક છું.**

₹	
₹	
₹	
₹	
₹	
₹	
₹	
₹	
₹	
₹	
₹	
₹	
₹	
₹	
₹	
₹	
₹	
₹	

કાર્યો અને તમારી ઈચ્છાઓ

" તમે જે ઈચ્છો એ પ્રાપ્ત કરો. પ્રેરણાત્મક રહો. **"**

તમારા જીવનમાં જયારે પણ તમારે કંઈ પામવું હોય, ત્યારે એક વાતનો અવશ્ય ખ્યાલ રાખજો કે તમારા વિચારો અને તમારા કાર્યો એ તમારી ઈચ્છાઓથી પરસ્પર સમાન હોવા જોઈએ.

તમારી કાર્ય કરવાની રીત કે વિચારવાની પ્રક્રિયા એ ક્યારેય બોજ ન બનવી જોઈએ. આ તમામ પ્રક્રિયાથી તમને રોમાંચ થવો જોઈએ. બને એટલા ખુશ, ઉત્સાહી, સંતોષી અને સંવાદી રહો.

ઉદાહરણ તરીકે

- મારી ઈચ્છા એવી છે કે મને ૧ કરોડ રૂપિયાની લોટરી લાગે પણ હું ક્યારેય લોટરીની ટિકિટ જ નથી ખરીદતો તેના જેવી વાત છે.
- મારી ઈચ્છા વિદેશ યાત્રા કરવાની છે પરંતુ હું પાસપોર્ટ માટે કંઈ વિચારતો જ નથી.
- લક્ષ્મીજી બહાર દરવાજે આવીને ઉભા છે પરંતુ આપણે જ દરવાજો બંધ રાખેલો છે.

તમારા વિચારોને (સપનાંઓને) હકીકતમાં પરિવર્તિત કરવા માટે સમયાંતરે નાના નાના પગલાંઓ બહુ આવશ્યક છે. વાતની ઊંડાણને સમજજો.

નીચે આપેલા ટેબલમાં એ વાતને સ્પષ્ટ કરો કે તમે જે વિચારો છો અને જે કાર્યો કરો છો શું એ તમારી ઈચ્છાઓ સાથે મેળ ખાય છે. જો એમ નથી તો તેમાં બદલાવ લાવો અને ધાર્યું પરિણામ મેળવો.

મારી ઈચ્છાઓ

મારા વિચારો અને કાર્યો ની વિગત

પોતાના ગુણોની ઓળખાણ

" તમે ખુદને પ્રેમ અને આદરથી જુઓ. "

આપણે હંમેશા બીજા પ્રત્યે સારા વ્યવહારની અપેક્ષા રાખતા હોઈએ છીએ. પરંતુ જેવા વ્યવહારની અપેક્ષા આપણે બીજા પાસેથી રાખીએ છીએ, શું આપણે બીજા સાથે એ રીતે વ્યવહાર કરીએ છીએ. બીજા સાથે છોડો આપણા ખુદના સાથે એ રીતે વ્યવહાર કરીએ છીએ?

કેમ આપણે જ શરૂઆત ના કરીએ, કેમ આપણે જ એ વ્યક્તિ ના બનીએ. હું ખાતરી આપું છું કે જેવો વ્યવહાર તમને ગમે છે એ પહેલા તમે તમારી સાથે અને પછી બાકી બધા સાથે પણ કરવાનો શરૂ કરી દેશો તો તમને ચોક્કસથી સારું પરિણામ મળશે.

તમારી અંદરના ગુણોને ઓળખો, જેમ તમે ઇચ્છો છો કે બીજામાં પણ સારા ગુણો હોય, તેના માટે પ્રથમ તમારી માટે અને અન્ય લોકો માટે દયાળુ અને સરસ બનો. તમારી જાતને પ્રેમ અને આદરથી જુઓ. તમે જે સારા ગુણો ધરાવવા માંગો છો તેની કલ્પના કરો, એ ગુણો તમારામાં કેળવો. તમારી શક્તિઓ પર ધ્યાન કેન્દ્રિત કરો અને તમારી નબળાઈઓને દૂર કરવાનો પ્રયાસ કરો.

અહીં, તમારા હાલના ગુણોની નોંધ કરો અને તમે જે ગુણ પોતાનામાં વિકસાવવા માંગતા હોવ અથવા હાલના ગુણોમાં કોઈ સુધારો કરવા માંગતા હોવ એની નોંધ કરો. અને એને અમલમાં લાવો.

ઉદાહરણ

- મારી સામે કોઈ હસીને કે સ્મિત કરીને વાત કેમ નથી કરતું. મેં મારી જાતને પૂછ્યું શું હું અરીસામાં જોઈને પોતાને સ્મિત આપું છું ?

આજથી રોજ સવારે જાગીને હું પોતાનો ચહેરો અરીસામાં જોવ છું અને પોતાને એક મીઠી સ્મિત આપું છું. મને આ એક સારી આદત પડી ગઈ છે. હવે બધા મારી સામે જોઈને સ્મિત જરૂર કરે છે કેમ કે હું પણ એમને સ્મિત આપું છું.

પોતાના હાલના ગુણોની નોંધ

જે ગુણો પોતાનામાં ઈચ્છો છો

આપણા ભીતરની શક્તિ

❝ તમારો આનંદ તમારી ભીતરમાં રહેલો છે. ❞

જયારે આપણા પર નકારાત્મકતા છવાઈ જાય છે ત્યારે આપણે આપણી આજુબાજુની સુંદરતા જોઈ શકતા નથી તો ભીતરની શક્તિને મહેસૂસ કરવી એ તો બહુ દૂરની વાત છે.

આપણા સહુની અંદર ખુબ બધી શક્તિઓ સમાયેલી છે એ બાબતનો આપણને સહુને ખ્યાલ છે જ અને આપણે એ પણ જાણ્યું કે એ બધી શક્તિઓને બહાર લાવવા માટે આપણે હકારાત્મકત અભિગમ વાળી લાગણી અપનાવાની છે. પ્રેમ, સંતોષ, કૃતજ્ઞતા, સુખ વગેરે તમને સકારાત્મકતા કેળવવામાં મદદરૂપ થશે.

તો ચાલો આપણે આપણી ભીતરમાં રહેલી શક્તિઓને ઓળખીએ. અહીંયા નોંધીએ. અને એ સૂચિનો ભરપૂર ઉપયોગ કરીએ.

ઉદાહરણ

- મનગમતી ચીજ મેળવવા માટે મારા અંદર શ્રદ્ધાની શક્તિ છે.
- શરીરમાંથી રોગને દૂર કરવા માટે મારા અંદર હાસ્ય અને આનંદની શક્તિ છે

પ્રેમ * પ્રશંસા * આશીર્વાદ

" પ્રશંસા અને આશીર્વાદ નકારત્મકતાને ઓગાળી દે છે, તેથી તમારા શત્રુઓની પણ પ્રશંસા કરો. "

ધારો કે તમે એક જાદુઇ અરીસા સામે ઉભા છો, એ અરીસા સામે તમારે લોકો પ્રત્યે પ્રેમ, પ્રશંસા અને આશીર્વાદની લાગણી જગાવવાની છે. અને આ અરીસાની ખાસિયત એ છે કે જે કરશો એટલું તમને બમણું મળશે. મને ખાત્રી છે કે, આ વાત જાણીને સહુ કોઈ આ કરવા ઇચ્છશે, બમણો લાભ કોને ના ગમે?

બસ આજ બ્રહ્માંડની હકીકત છે. તમે જેવું વાવશો એવું લણશો. જયારે તમે પ્રશંસા કરો છો તથા આભાર માનો છો ત્યારે તમે પ્રેમની ઉચ્ચતમ આવૃત્તિ પર હોવ છો. અને વળતરમાં પણ તમને એ જ પ્રાપ્ત થાય છે.

અહીં, આપણે આભારપૂર્વક સુવાક્યો લખીશું. અને એ સુવાક્યો નો ઉપયોગ આપણી જિંદગીમાં ભરપૂર કરીશું. કોઈને પણ આશીર્વાદ આપવાની કે કોઈની પ્રશંસા કરવાની તક ચૂકીશું નહીં.

ઉદાહરણ

- મારા પરિવારજનો, મિત્રો તથા પાડોશી ખૂબ સુખી થાય.
- મારા ખરાબ સમયમાં મને મદદરૂપ થવા બદલ ખુબ ખુબ આભાર.

આભાર

આભાર

આભાર

આભાર

હું શબ્દનો હકારાત્મક પ્રયોગ

> ❝ આંતરિક શાંતિ આપણને જે જોઈએ છે તે મેળવવાથી આવતી નથી, પરંતુ આપણે કોણ છીએ તે યાદ રાખવાથી આવે છે. ❞

આપણી જાત સાથેના જે કંઈ પણ સંવાદ આપણે વાપરીએ છીએ એ સૌથી અસરકારક હોય છે કેમ કે, તે તદ્દન આપણી સાથે જોડાયેલા હોય છે. જયારે આપણે કહીએ છીએ કે હું જ સારો નથી , હું તો આ બિલકુલ નહિ કરી શકું ત્યારે આપણે જાણે અજાણે પોતાના માટે બ્રહ્માંડમાં નકારાત્મક સંદેશાઓ મોકલીએ છીએ. અને આપણી તરફ આવતી સંપત્તિ તથા સુખ શાંતિને ને આપણાંથી દૂર કરે છે. એટલા માટે હંમેશા હકરાત્મક રહો જેથી તમારા ઉત્સાહમાં વધારો થાય, તમારી ફ્રિકવન્સી હકારાત્મક તાર સાથે જોડાય અને સમૃદ્ધિ હાંસલ થાય.

અહીં, તમારે હું વાળા હકારાત્મક વાક્યોની નોંધ કરવાની છે અને તેનો ઉપયોગ રોજબરોજ કરવાનો છે

ઉદાહરણ

- હું એકદમ સ્વસ્થ અને તંદુરસ્ત છું, હું આ કાર્ય માટે સક્ષમ છું, હું પ્રેમાળ છું.

தே.	
தே.	
தே.	
தே.	
தே.	
தே.	
தே.	
தே.	
தே.	
தே.	
தே.	
தே.	
தே.	
தே.	
தே.	
தே.	
தே.	
தே.	

સંકેતોની નોંધ

❝ જ્યારે ભગવાન આપણાં સારાં કાર્યોથી પ્રસન્ન થાય છે, ત્યારે તેઓ તેમની ખુશી વ્યક્ત કરવા માટે સુંદર પ્રાણીઓ, પક્ષીઓ, પતંગિયાઓ વગેરેને સંકેત રૂપે આપણી નજીક મોકલે છે. ❞

આપણે ઘણી વખત કેટલીય કોશિશ કરીએ પરંતુ લાગણીવશ નકારાત્મકતા બાજુ જવા લાગીએ, આપણા વિચારો માર્ગ ગુમાવી બેઠે અને આપણું મગજ આપણને આડુંઅવળું લઇ જાય.

જયારે પણ એવું થાય ત્યારે આપણને (ખુદને) ફરી વર્તમાનમાં લાવવા, આપણા મગજને ફરી સ્ટેબલ કરવા માટે પહેલેથી જ બ્રહ્માંડને સંકેતોની સૂચિ મોકલી દઈએ. કે જયારે પણ મન વિચલિત થાય ત્યારે નીચેનામાંથી કોઈ પણ સંકેત મને મળે અને હું ફરી મારા હકારાત્મક અભિગમમાં (વર્તમાનમાં) આવી જાવ.
અહીં, આપણે અલગ અલગ સંકેતો ની સૂચિ બનાવશું.

ઉદાહરણ

- કોઈ પક્ષીનો ટહુકો, કોઈ ધૂન, કોઈ હળવી ઠેશ, હોર્ન નો અવાજ અથવા કોઈ સાઇરન.

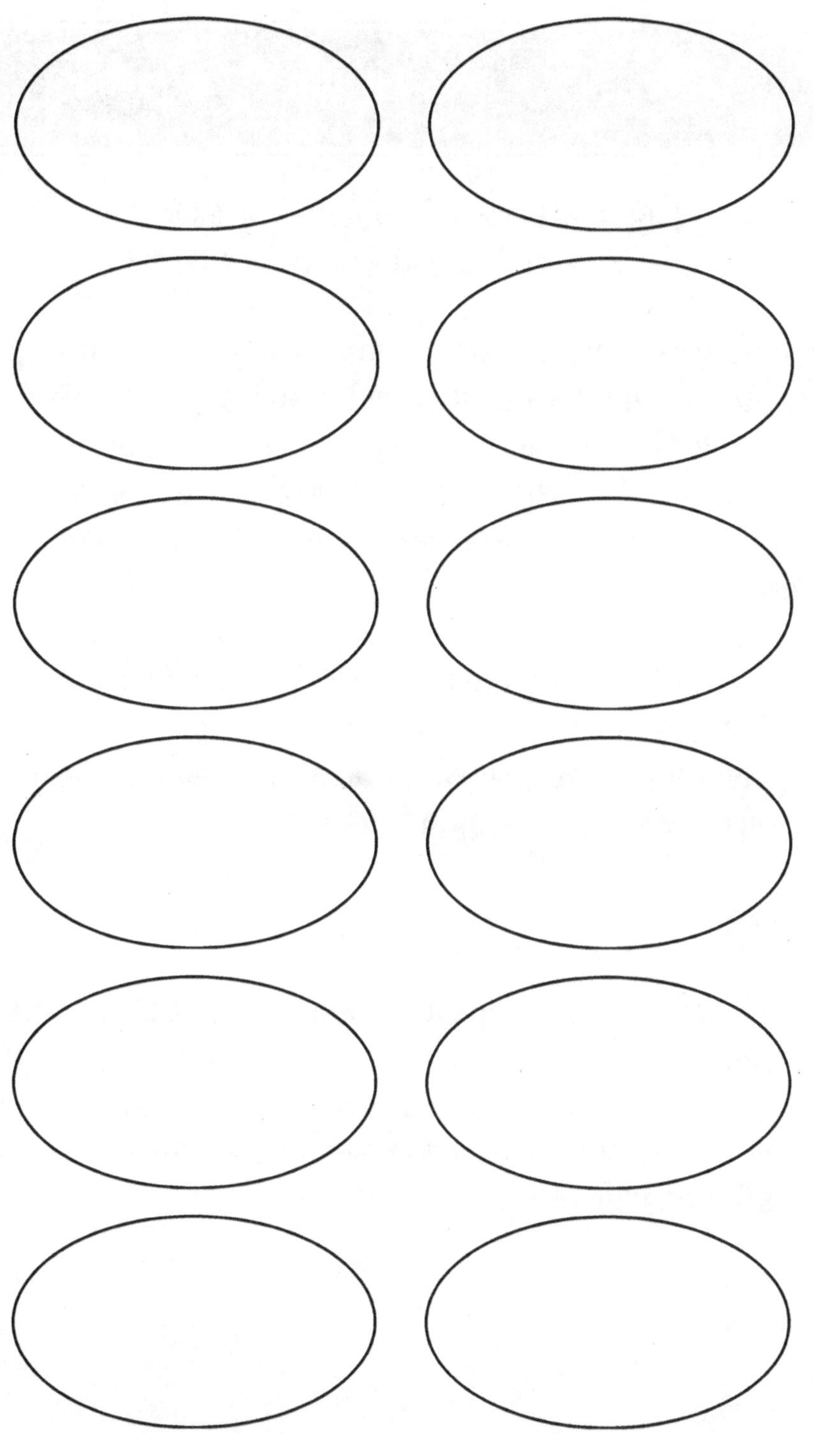

મુસાફરીની નોંધ

“ વિશ્વ એક પુસ્તક છે, અને જેઓ મુસાફરી કરતા નથી તેઓ ફક્ત એક પૃષ્ઠ વાંચે છે. **”**

આપણને જીવનની મુસાફરી દરમ્યાન ઘણા બધા સારા - નરસા અનુભવો થતા હોય છે. આપણે અનેક મુસીબતોનો સામનો કરીને કંઈક હાંસલ કર્યું હોય છે. આ દરેક અનુભવો ખુબ જ મૂલ્યવાન છે. કદાચ તમને એ સામાન્ય લાગે પણ એ બીજા લોકો માટે એ માર્ગદર્શન બની શકે છે. તમારી મુસાફરીના અનુભવો બીજા લોકો સાથે શેર કરવાથી તમારામાં પણ ઉત્સાહ જાગશે.

અહીં, આપણે એવા અનુભવોની નોંધ કરીશું કે જેના વિશે તમારે અન્ય લોકોને જણાવવું જોઈએ. આ એટલા માટે છે કારણ કે આપણે જે વસ્તુઓનો અનુભવ કરી ચુક્યા છીએ તે કદાચ તેમની સાથે હજુ બન્યું નથી, અને આગળ જતા એમને મદદરૂપ થઇ શકે છે.

ઉદાહરણ

- **મને થયેલા અનુભવ મુજબ ..** જયારે તમારું કોઈ નવા શહેરમાં ટ્રાન્સફર થાય છે. અને તમારા માટે એ અજાણ્યું છે તો પહેલા એકાદ મહિનો એકલા રહીને બધું સ્ટડી કરી લો (પાણી બાબત, ટ્રાન્સપોર્ટ, આસપાસના લોકો, માર્કેટ વગેરે) અને પછી રહેવાની યોગ્ય વ્યવસ્થા કરીને પરિવારને બોલાવો.

આદતો નક્કી કરીએ

❝ ક્રિયા વગર તમામ વિચારો માત્ર વાયદાઓ છે. ❞

આપણા ધારેલા લક્ષ્યાંકો સુધી પહોંચવા માટે યોગ્ય આદતો કેવળવી ખુબ જરૂરી છે. આપણી સારી આદતો હંમેશા આપણી સાથે રહે છે અને આપણને વધુ ને વધુ કામયાબી તરફ લઇ જાય છે. તમારી જાતને જિજ્ઞાસુ બનાવો અને પૂરતી તકો આપો.

અહીં આપણે આપણી આદતોની નોંધ કરીએ. જો તમે તમારી આદતોને વધુ સારી બનાવવા (સુધારો કરવા) માંગતા હોવ તો તેની પણ નોંધ કરો. યોગ્ય આદતો કેળવો અને તેમાં નિયમિતતા લાવો.

ઉદાહરણ

- રાત્રે વહેલા સુઈ જવું, એ મારી સારી આદત છે.
- અને ઉતાવળે ખાવાની ટેવને હું સુધારવા માંગુ છુ.

ટૂંકા જૂઠાણાંને બંધ કરીએ

"આપણે બીજાને આસાનીથી છેતરી શકીએ છીએ પણ આપણી જાતને નહિ."

આપણને જીવનમાં ઘણી વખત કારણ વગર નાની નાની બાબતમાં, જાણે અજાણે ખોટું બોલવાની ટેવ પડી ગઈ છે. જેને આપણે અત્યાર સુધી નજરઅંદાઝ કરતાં આવ્યા છીએ. જેમકે હું રસ્તામાં જ છું, બસ 5 જ મિનિટ, હા બસ થઇ જ ગયું છે, કાલે તો પાક્કું, ના હું ઘરે નથી વગેરે વગેરે.

અહીં આપણે ડાબી બાજુ એવા જૂઠાણાંની સૂચિ બનાવીશું અને જમણી બાજુના ખાનામાં તેના બદલે સાચું બોલવાની સૂચિની નોંધ કરીશું. બિનજરૂરી જૂઠું બોલવાનું ટાળીએ અને જે બોલીએ એ સત્ય બોલીએ.

ક્ષમા આપીએ - ક્ષમા માંગીએ

" જયારે આપણે કોઈને ક્ષમા આપીએ છીએ
અથવા ક્ષમા માંગીએ ત્યારે આપણે આપણા
જીવવના મોટા બોજમાંથી હળવા થઈએ છીએ. **"**

જીવનમાં આપણો સહુનો એક જ ધ્યેય હોય છે અને એ છે સુખ, શાંતિ અને સંતોષ પ્રાપ્ત કરવો. આ પ્રાપ્ત કરવા માટે આપણે ભૂતકાળની કડવાશને છોડી દેવી પડશે. જયારે તમે કોઈને ક્ષમા આપો છો કે ક્ષમા માંગો છો તેનો મતલબ એ છે કે તમે માનસિક રીતે તંદુરસ્ત છો. તમને એક વાર હકરાત્મક વિચારોની આદત પડી જશે પછી તમે જીવનમાં વધુ આશાવાદી બની જશો.

જો તમને ખ્યાલ છે જ કે તમારા કારણે કોઈને ખોટું લાગી ગયું છે તો તમારા અહમ ને એક બાજુએ મૂકીને માફી માંગી લો. ખરેખર તમે આનંદમય જિંદગી જીવવા માંગતા હો તો નકારાત્મક લાગણીઓને દૂર કરીને ઉમદા સ્વભાવે માફી માંગી લ્યો.

અહીં, તમે જે વ્યક્તિને ક્ષમા આપવા માંગતા હો એનું નામ અને એની સામે જે બાબત માટે તમે ક્ષમા આપો છો તેની નોંધ કરો.

તેવી જ રીતે ક્ષમા માંગવા માટે તે વ્યક્તિનું નામ અને ક્ષમા માંગવા માટેની બાબતની નોંધ કરો, અને ત્યાર બાદ સમય કાઢીને, ફોનમાં કે રૂબરૂ મળીને ક્ષમા માંગી લો. કદાચ એ વ્યક્તિ કોઈ પ્રતિસાદ ના પણ આપે પણ મને ખાત્રી છે કે તમે મોટા બોજમાંથી મુક્ત થઇ જશો.

ખોરાકને પ્રસાદ બનાવીએ - અને શરીરને સુડોળ

> “ તમારી મહાન જીત મેળવવા માટેનો શ્રેષ્ઠ માર્ગ એ છે કે શરૂઆતમાં નાના, પણ સતત પગલાં ભરતા રહો. તમારી તંદુરસ્તી માટે રોજની ૧ પ્રતિજ્ઞા, તમને મહિને ૩૦% નો સુધારો આપશે. ”

હાલમાં મોટા ભાગના લોકો ઓબેસિટીથી (મોટાપાથી) પરેશાન છે. અને દરેકનો એક જ સવાલ છે કે શરીરને ફિટ કેમ રાખવું અને કંઈ રીતે તેને મેનેજ કરવું, એ બાબત ની સલાહ આપો.

મારા અનુભવ અને મત મુજબ હું સલાહ આપીશ કે તમે ખોરાકને પ્રસાદ સમજીને ખાવ અને શરીરને મંદિર માનો. લોકો મન ફાવે એટલું આચર કુચર પેટમાં ઠાલવે જાય છે જે બીલકુલ ગેરવ્યાજબી છે. કસરત જીવનમાં જેટલી જરૂરી છે તેટલું જ જરૂરી છે ખોરાક અંગેનો મર્મ સમજવો.

સૌપ્રથમ

તમે જમવા બેઠો તે પહેલા તમારી થાળી, તમારા શરીરને માફક (તમારું શારીરક કાર્ય + તમારી પાચનશક્તિ અનુસાર) આવે એ અનુસાર તૈયાર કરી રાખો અને એટલું જ જમો.

ખોરાકને આરોગતા પહેલા ભગવાનને ધરો. પછી ખોરાકને વંદન કરો (આપણા કિસાન મિત્રોનો ખાસ આભાર માનો). જમતા જમતા ક્યારે પણ બીજી પ્રવૃત્તિ ના કરવી. આપણું ધ્યાન જમવામાં હોવું જોઈએ. જમતી વખતે મનમાં ગોવિંદ - ગોવિંદ બોલવાથી વધુ આનંદ મળે છે. ખોરાકનો બગાડ ક્યારેય ના કરવો. જમીને ફરીથી આભાર માનવો.

બીજું

શરીરને સુડોળ રાખવા કે બનાવવા માટે સૌથી પહેલા તો તમારે તમારું માનસિક વલણને હકારાત્મક રાખવું પડશે. તમારે જેવું શરીર કે વજન જોઈએ છે તેને મનમાં વિઝ્યુલાઇઝ કરો અને એવો ભાવ રાખો કે હકીકતમાં તમારું શરીર તમને જોઈએ છે તેવું જ છે.

આપણે આગળ કરેલી વિઝ્યુલાઇઝ અને વિઝન બોર્ડ એક્સરસાઈઝ નો ઉપયોગ અહીં કરો. તમને જોઈતું શરીર રોજબરોજ વિઝ્યુલાઇઝ કરો.

વિઝન બોર્ડ પર તમારા કોઈ આદર્શ વ્યક્તિ કે જેનું ફિટનેસ તમને ગમતું હોય, જેના જેવું શરીર તમારે બનાવવું હોય તે વ્યક્તિનો ફોટો લગાવો. વધુમાં એના ચહેરા પર તમારો ચહેરો પણ લગાવી શકો.

અત્યારે તમને એવો વિચાર આવતો હશે કે આમ કરવાથી કઈ રીતે જોઈતું હોય તેવું શરીર બને?

હકીકતમાં તમે હકારાત્મક લાગણી સાથે જેવું વિચારશો એ જ વિચારો સંદેશા રૂપી બ્રહ્માંડમાં મોકલાશે અને બાકીનું આયોજન બ્રહ્માંડ આપમેળે તમારા માટે કરશે. આ બાબતે હું તમારી સામે એક શ્રેષ્ઠ ઉદાહરણ છું.

અહીં, તમારે તમને જેવું આદર્શ શરીર જોઈએ છે તેના વિષે વિગતમાં લખવાનું છે. જરૂર પડે તો તમે તમારા કોઈ આઈડિઅલ (આદર્શ) વ્યક્તિની તસ્વીર પણ લગાવી શકો છો. અને રોજ એવી લાગણી અનુભવવાની છે કે તમારું શરીર તમારે જોઈએ છે, એવું જ શરીર છે.

મનપસંદ પ્રવૃત્તિઓની નોંધ

❝ તમારા જીવનમાંથી નકામી બાબત દૂર કરી જીવનને વધુ સરળ બનાવો. ❞

અહીં, તમારે તમારી મનપસંદ પ્રવૃત્તિઓ લખવાની છે અને તેના માટે સમય ફાળવવાનું પણ સુનિશ્ચિત કરો. આપણને ગમતી યોગ્ય પ્રવૃતિઓ કરવાથી આપણો અભિગમ હંમેશા હકારાત્મક રહે છે અને જીવન પ્રત્યેનો ઉત્સાહ ખુબ વધે છે.

ઉદાહરણ તરીકે

- મને ક્લે માટીમાંથી અલગ અલગ મૂર્તિઓ બનાવવામાં ખરેખર આનંદ થાય છે. અને હું તેના માટે ખાસ સમય પણ ફાળવું છું

રમુજી ફિલ્મ, સિરીઝ કે કાર્ટૂન નું લિસ્ટ

“ પોતાને ખુશ રાખો, બીજાને ખુશ કરો ”

અહીં, તમારે તમારી મનપસંદ રમૂજી મૂવીઝ, વેબ સિરીઝ અથવા કાર્ટૂનની યાદી બનાવવાની છે. જ્યારે પણ તમે અતિશય ચિંતા અથવા નકારાત્મક લાગણીઓથી ભરાઈ ગયા હો, ત્યારે આમાંથી કોઈપણ વિકલ્પ પસંદ કરી જોવાનું શરૂ કરો. હાસ્ય એ માનસિક તણાવને દૂર કરવા માટેનો સૌથી અસરકારક ઉપાય છે અને આપણે તે સારી રીતે જાણીએ છીએ.

જો તમે આ કરો છો, તો તમે ખૂબ જ ઝડપથી ખુશ થશો. જીવનમાં તકલીફો આવ્યા બાદ પણ જો આપણે ખુશ રહીશું તો દુનિયાને પણ ખુશ કરી શકીશું. અને જ્યારે આપણે વિશ્વને ખુશ કરીએ છીએ, ત્યારે તે આપણને વધુ સુખી થવામાં મદદ કરશે.

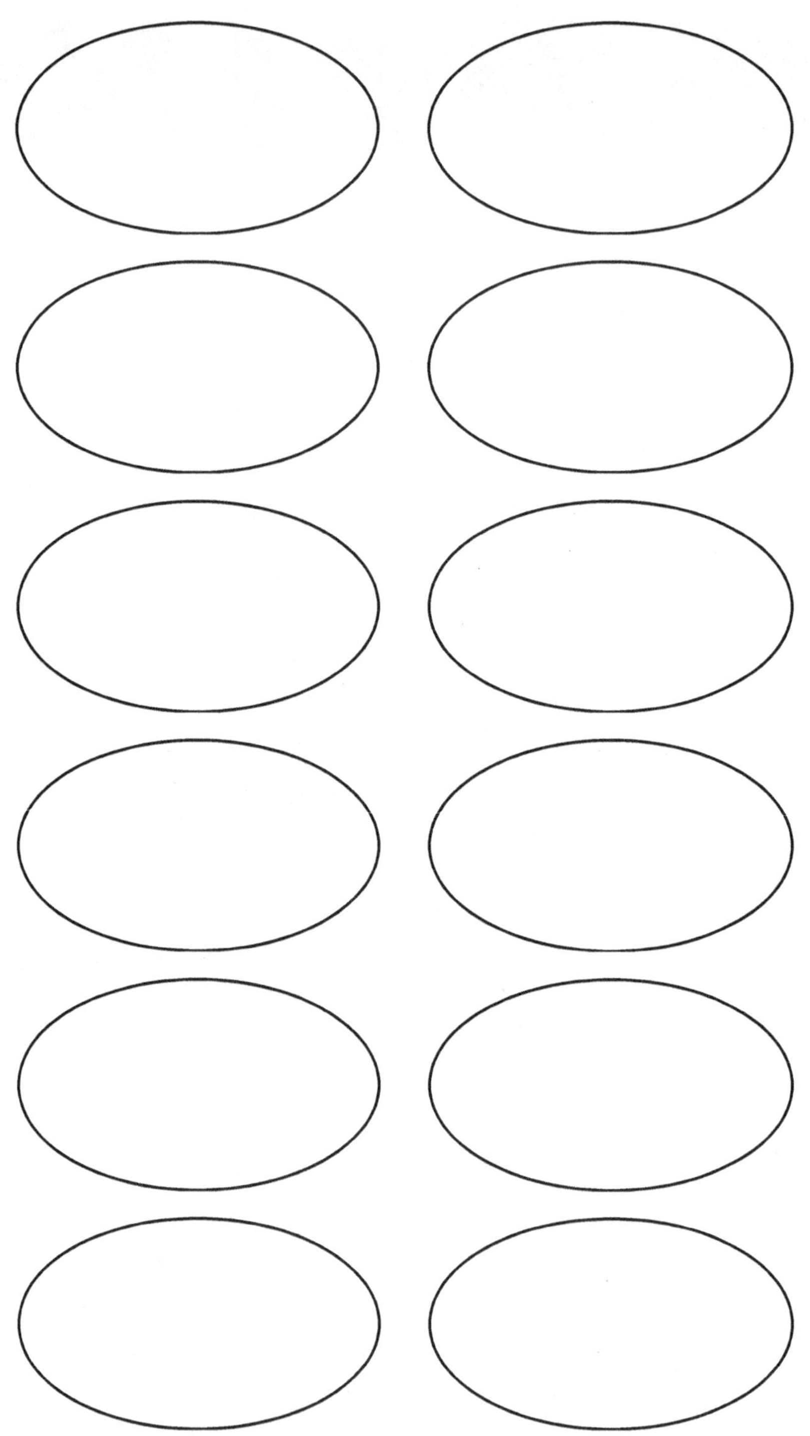

અત્યારે જ જીવી લઈએ

" વ્યસ્તતામાંથી થોભો, અહીંયા અટકી જાવ, ખુદને માટે જીવો "

કેટલીકવાર આપણે મનોરંજક વસ્તુઓ કરવા અથવા આપણા જીવનનો આનંદ માણવા વિશે ભૂલી જઈએ છીએ અને તેના પર પૂરતું ધ્યાન કે સમય આપતા નથી. ગમતી વસ્તુઓ વિશે ભૂલી જઈએ, બાબતોને ઠેકાડતા હોઈએ છીએ અને ખુશ રહેવાનું ચૂકી જઈએ છીએ.

આપણે ખુદને દર વખતે વચન આપતા ફરીએ છીએ કે. આમ થઇ જાય પછી હું પરિવાર સાથે ફરવા જઈશ, આ મળી જાય આટલી જ રાહ છે પછી આરામથી સમય વિતાવીશ. અને એમ એમ કરતા એવો સમય ક્યારેય આવતો જ નથી.

અહીં, તમે તમારી એવી ઇચ્છાઓની સૂચિ બનાવો કે જેને જીવવા કે માણવા માટે અત્યાર સુધી ઠેકાડતા આવ્યા છો. કોઈ એક કામ કરતાં અટકી જાવ અને એ સમયને પોતાના માટે જીવી લ્યો. અત્યારે નહીં તો ક્યારેય નહિ.

અને હા દિવસમાં પોતાને માટે ૧૫ મિનિટ અવશ્ય કાઢો. આપણે રહીએ છીએ તે ઘોંઘાટવાળી દુનિયા છે. માટે દિવસની કોઈ પણ ૧૫ મિનિટ એક દમ શાંત રહેવા માટે કાઢો. આ ૧૫ મિનિટ ખુદને શાંતિમાં ડુબાડી દો. અને અંદરની ખુશીને બહાર લાવો તેને મહેસૂસ કરો.

ઉદાહરણ

- ૨૫ ડિસેમ્બરે - હું મારા પરિવાર સાથે એક સુંદર મજાના ધાર્મિક સ્થળોની ટુર માટે જઈ રહ્યો છું જેનું બુકિંગ મેં અત્યારથી જ કરી દીધું છે.

તારીખ / સમય	સૂચિ

માતાપિતા તથા ગુરુજીના ચરણ વંદન

“ ભૂલો ભલે બીજું બધું, મા બાપને ભૂલશો નહિ ”

જેમણે આપણને જન્મ આપ્યો છે, અને જેમણે આપણને શિક્ષા આપી છે તેમને કોટી કોટી વંદન. જો તમારા માતાપિતા અને ગુરુજી તમારી સમક્ષ હાજર હોય તો રોજ એમના ચરણો સ્પર્શીને વંદન કરો. જો તે હાજર ના હોય તો નીચે આપેલા ખાનામાં એમના ફોટા લગાવીને રોજ તેમને વંદન કરો.

માતા	**પિતા**

ગુરુજી	**આદર્શ વ્યક્તિ**

મંત્ર લેખન

> “ આધ્યાત્મિકતા દુઃખના સમયમાં
> આપણને યોગ્ય રસ્તો ચીંધે છે. ”

મંત્ર લેખન કરવાથી ઉત્સાહ અને સકારાત્મકતા મળે છે, આપણા ચહેરા પર ચમક આવે છે, તામસિકતા (ગુસ્સો) દૂર થાય છે, આધ્યાત્મિક કાર્યોમાં રૂચિ જાગે છે, આશીર્વાદ આપવાની શક્તિ વધે છે, આંખોમાં તેજ વધે છે, સ્વપ્ન સિદ્ધિ પ્રાપ્ત થાય છે, ગુસ્સો શાંત થાય છે અને જ્ઞાનની વૃદ્ધિ થાય છે.

આપણા જીવનના લક્ષ્યાંકો બાબતે આપણે સજાગ રાખે છે. આપણા સપનાંઓની ખરી ઓળખ કરાવે છે. અને એ મંજિલ સુધી પહોંચવા માટેની સમજણ આપે છે. મઁત્ર લેખન કે મઁત્ર જાપ કરવાથી આપણે ચિંતામુક્ત, તણાવમુક્ત થઈએ છીએ.

ॐ ભુર્ભુવસ્વઃ તત્સ વિતુર વરેનિયમ ભર્ગોદેવસ્ય ઘી મહી ધિયો યો નઃ પ્રચોદયાત

ૐ ભુર્ભુવસ્વઃ તત્સ વિતુર વરેનિયમ ભર્ગોદેવસ્ય ઘી મહી ધિયો યો નઃ પ્રચોદયાત

હરે કૃષ્ણ હરે કૃષ્ણ કૃષ્ણ કૃષ્ણ હરે હરે , હરે રામ હરે રામ રામ રામ હરે હરે

હરે કૃષ્ણ હરે કૃષ્ણ કૃષ્ણ કૃષ્ણ હરે હરે , હરે રામ હરે રામ રામ રામ હરે હરે

દૈનિક જાદુઈ નોંધપોથી (૩૬૫ દિવસ માટે)

“ જીવનને જીવંત બનાવો અને નિયમિતતા કેળવો ”

જીવન તરફ સારા બનવા માટે એક વાર તમને મૂળ નિયમોની ખબર પડી જાય અને અભ્યાસ કરવા માટેનો સમય કાઢી લો, પછી તમે એમાં વધુ નિપુણ થઇ જાવ છો.

દરરોજ સવારે દુનિયાની નૌકા પર બેઠો એ પહેલા તમારી દૈનિક પોથીમાં તમારા દિવસ પ્રત્યેની તમારી ઈચ્છાઓ, લક્ષ્યો, કોઈ સારો વિચાર, આગળના દિવસમાંથી ક્યાં પાઠ શીખ્યા વગેરેની નોંધ કરો. અને સાંજે તમારી ઈચ્છા મુજબનું થયું એ માટે આભાર માનો અને આવતીકાલ માટેની પ્રેરણાની નોંધ કરો.

હવે મને આશા છે કે આ પુસ્તકમાં અગાઉ આપેલી તમામ એક્સરસાઇઝ (અભ્યાસો) નિયમિત રીતે કર્યા બાદ તમારા જીવનમાં હકરાત્મક બદલાવ આવવા લાગ્યા છે.

અહીં, આપેલી દૈનિક જાદુઈ નોંધપોથી (આખા વર્ષ માટે) તમારા દિવસને તમારા હેતુ અનુસાર આયોજિત કરવા માટે છે.

ઉદાહરણ તરીકે મેં એક નોંધપોથી ભરીને આપી છે. ઉપરના ત્રણ ખાનાંનો ઉપયોગ સવાર માટે અને છેલ્લા બે ખાનાંનો ઉપયોગ સાંજે સુતા પહેલા કરજો.

આજનો સુવિચાર	જે કરો એ પ્રેમથી અને એ જ કરો જેમાં પ્રેમ છે.
હું આભારી છું (સવારે)	હે માતા-પિતા, હે ભગવાન, મને આટલું આનંદમય અને સમૃદ્ધ જીવન આપવા માટે હું તમારા બધાનો આભારી છું. હું મારી વર્તમાન સફળતાનો શ્રેય મારી મહેનતને આપું છું. સહુને આનંદદાયક દિવસની શુભેચ્છા.
અગત્યના કાર્ય	દરેક પ્રોજેક્ટનું આયોજન સહકર્મી સાથે કામ બાબતનું ફોલોઅપ ક્લાઈન્ટ સાથેની પ્રોજેક્ટ મિટિંગ
તમારી ખ્વાઈશ	મારા કાર્યની સારી ઉત્પાદકતા, સહકર્મી સાથેનો આનંદ સભર દિવસ અને પરિવાર સાથેનો ઉત્તમ સમય.
હું આભારી છું (સાંજે)	આજનો દિવસ શુભ રહ્યો, નવું જ્ઞાન પ્રાપ્ત થવા બદલ હું મારા કાર્ય સ્થળનો આભારી છું. સાંજે આવીને પરિવાર સાથે સારો એવો સમય પસાર થયો એ માટે એ સમયનો અને મારા વ્હાલા પરિવારનો આભારી છું.
આજે બનેલી ખાસ બાબત	એક પ્રોજેક્ટ બાબતે ક્લાઈન્ટ સાથેની મિટિંગમાં અમને ખુબ જ સારો પ્રતિસાદ મળ્યો.
આવતીકાલ માટેની પ્રેરણા	મહેનત, લગન અને નીતિ ભાવથી કરેલા કાર્ય માટે હંમેશા સારા પ્રતિસાદ મળી જ રહે છે. આભાર

દિવસ / તા. ________________ 1 / 365

આજનો સુવિચાર	
હું આભારી છું (સવારે)	
અગત્યના કાર્ય	
તમારી ખ્વાઈશ	
હું આભારી છું (સાંજે)	
આજે બનેલી ખાસ બાબત	
આવતીકાલ માટેની પ્રેરણા	

દિવસ / તા. ____________________

આજનો સુવિચાર	
હું આભારી છું (સવારે)	
અગત્યના કાર્ય	
તમારી ખ્વાઈશ	
હું આભારી છું (સાંજે)	
આજે બનેલી ખાસ બાબત	
આવતીકાલ માટેની પ્રેરણા	

આજનો સુવિચાર	
હું આભારી છું (સવારે)	
અગત્યના કાર્ય	
તમારી ખ્વાઈશ	
હું આભારી છું (સાંજે)	
આજે બનેલી ખાસ બાબત	
આવતીકાલ માટેની પ્રેરણા	

દિવસ / તા. ____________________

આજનો સુવિચાર	
હું આભારી છું (સવારે)	
અગત્યના કાર્ય	
તમારી ખ્વાઈશ	
હું આભારી છું (સાંજે)	
આજે બનેલી ખાસ બાબત	
આવતીકાલ માટેની પ્રેરણા	

દિવસ / તા. ____________________

આજનો સુવિચાર	
હું આભારી છું (સવારે)	
અગત્યના કાર્ય	
તમારી ખ્વાઈશ	
હું આભારી છું (સાંજે)	
આજે બનેલી ખાસ બાબત	
આવતીકાલ માટેની પ્રેરણા	

આજનો સુવિચાર	
હું આભારી છું (સવારે)	
અગત્યના કાર્ય	
તમારી ખ્વાઈશ	
હું આભારી છું (સાંજે)	
આજે બનેલી ખાસ બાબત	
આવતીકાલ માટેની પ્રેરણા	

દિવસ / તા. ____________________

આજનો સુવિચાર	
હું આભારી છું (સવારે)	
અગત્યના કાર્ય	
તમારી ખ્વાઈશ	
હું આભારી છું (સાંજે)	
આજે બનેલી ખાસ બાબત	
આવતીકાલ માટેની પ્રેરણા	

દિવસ / તા. ____________________

આજનો સુવિચાર	
હું આભારી છું (સવારે)	
અગત્યના કાર્ય	
તમારી ખ્વાઈશ	
હું આભારી છું (સાંજે)	
આજે બનેલી ખાસ બાબત	
આવતીકાલ માટેની પ્રેરણા	

આજનો સુવિચાર	
હું આભારી છું (સવારે)	
અગત્યના કાર્ય	
તમારી ખ્વાઈશ	
હું આભારી છું (સાંજે)	
આજે બનેલી ખાસ બાબત	
આવતીકાલ માટેની પ્રેરણા	

આજનો સુવિચાર	
હું આભારી છું (સવારે)	
અગત્યના કાર્ય	
તમારી ખ્વાઈશ	
હું આભારી છું (સાંજે)	
આજે બનેલી ખાસ બાબત	
આવતીકાલ માટેની પ્રેરણા	

આજનો સુવિચાર	
હું આભારી છું (સવારે)	
અગત્યના કાર્ય	
તમારી ખ્વાઈશ	
હું આભારી છું (સાંજે)	
આજે બનેલી ખાસ બાબત	
આવતીકાલ માટેની પ્રેરણા	

દિવસ / તા. ____________________ 12 / 365

આજનો સુવિચાર	
હું આભારી છું (સવારે)	
અગત્યના કાર્ય	
તમારી ખ્વાઈશ	
હું આભારી છું (સાંજે)	
આજે બનેલી ખાસ બાબત	
આવતીકાલ માટેની પ્રેરણા	

આજનો સુવિચાર	
હું આભારી છું (સવારે)	
અગત્યના કાર્ય	
તમારી ખ્વાઈશ	
હું આભારી છું (સાંજે)	
આજે બનેલી ખાસ બાબત	
આવતીકાલ માટેની પ્રેરણા	

આજનો સુવિચાર	
હું આભારી છું (સવારે)	
અગત્યના કાર્ય	
તમારી ખ્વાઈશ	
હું આભારી છું (સાંજે)	
આજે બનેલી ખાસ બાબત	
આવતીકાલ માટેની પ્રેરણા	

આજનો સુવિચાર	
હું આભારી છું (સવારે)	
અગત્યના કાર્ય	
તમારી ખ્વાઈશ	
હું આભારી છું (સાંજે)	
આજે બનેલી ખાસ બાબત	
આવતીકાલ માટેની પ્રેરણા	

આજનો સુવિચાર	
હું આભારી છું (સવારે)	
અગત્યના કાર્ય	
તમારી ખ્વાઈશ	
હું આભારી છું (સાંજે)	
આજે બનેલી ખાસ બાબત	
આવતીકાલ માટેની પ્રેરણા	

દિવસ / તા. ____________________ 17 / 365

આજનો સુવિચાર	
હું આભારી છું (સવારે)	
અગત્યના કાર્ય	
તમારી ખ્વાઈશ	
હું આભારી છું (સાંજે)	
આજે બનેલી ખાસ બાબત	
આવતીકાલ માટેની પ્રેરણા	

દિવસ / તા. ____________________ 18 / 365

આજનો સુવિચાર	
હું આભારી છું (સવારે)	
અગત્યના કાર્ય	
તમારી ખ્વાઈશ	
હું આભારી છું (સાંજે)	
આજે બનેલી ખાસ બાબત	
આવતીકાલ માટેની પ્રેરણા	

દિવસ / તા. ____________________ 19 / 365

આજનો સુવિચાર	
હું આભારી છું (સવારે)	
અગત્યના કાર્ય	
તમારી ખ્વાઈશ	
હું આભારી છું (સાંજે)	
આજે બનેલી ખાસ બાબત	
આવતીકાલ માટેની પ્રેરણા	

દિવસ / તા. ____________________

આજનો સુવિચાર	
હું આભારી છું (સવારે)	
અગત્યના કાર્ય	
તમારી ખ્વાઈશ	
હું આભારી છું (સાંજે)	
આજે બનેલી ખાસ બાબત	
આવતીકાલ માટેની પ્રેરણા	

આજનો સુવિચાર	
હું આભારી છું (સવારે)	
અગત્યના કાર્ય	
તમારી ખ્વાઈશ	
હું આભારી છું (સાંજે)	
આજે બનેલી ખાસ બાબત	
આવતીકાલ માટેની પ્રેરણા	

આજનો સુવિચાર	
હું આભારી છું (સવારે)	
અગત્યના કાર્ય	
તમારી ખ્વાઈશ	
હું આભારી છું (સાંજે)	
આજે બનેલી ખાસ બાબત	
આવતીકાલ માટેની પ્રેરણા	

આજનો સુવિચાર	
હું આભારી છું (સવારે)	
અગત્યના કાર્ય	
તમારી ખ્વાઈશ	
હું આભારી છું (સાંજે)	
આજે બનેલી ખાસ બાબત	
આવતીકાલ માટેની પ્રેરણા	

દિવસ / તા. ____________________

આજનો સુવિચાર	
હું આભારી છું (સવારે)	
અગત્યના કાર્ય	
તમારી ખ્વાઈશ	
હું આભારી છું (સાંજે)	
આજે બનેલી ખાસ બાબત	
આવતીકાલ માટેની પ્રેરણા	

આજનો સુવિચાર	
હું આભારી છું (સવારે)	
અગત્યના કાર્ય	
તમારી ખ્વાઈશ	
હું આભારી છું (સાંજે)	
આજે બનેલી ખાસ બાબત	
આવતીકાલ માટેની પ્રેરણા	

દિવસ / તા. ____________________ 26 / 365

આજનો સુવિચાર	
હું આભારી છું (સવારે)	
અગત્યના કાર્ય	
તમારી ખ્વાઈશ	
હું આભારી છું (સાંજે)	
આજે બનેલી ખાસ બાબત	
આવતીકાલ માટેની પ્રેરણા	

દિવસ / તા. ____________________

આજનો સુવિચાર	
હું આભારી છું (સવારે)	
અગત્યના કાર્ય	
તમારી ખ્વાઈશ	
હું આભારી છું (સાંજે)	
આજે બનેલી ખાસ બાબત	
આવતીકાલ માટેની પ્રેરણા	

દિવસ / તા. ____________________ 28 / 365

આજનો સુવિચાર	
હું આભારી છું (સવારે)	
અગત્યના કાર્ય	
તમારી ખ્વાઈશ	
હું આભારી છું (સાંજે)	
આજે બનેલી ખાસ બાબત	
આવતીકાલ માટેની પ્રેરણા	

દિવસ / તા. ____________________ 29 / 365

આજનો સુવિચાર	
હું આભારી છું (સવારે)	
અગત્યના કાર્ય	
તમારી ખ્વાઈશ	
હું આભારી છું (સાંજે)	
આજે બનેલી ખાસ બાબત	
આવતીકાલ માટેની પ્રેરણા	

દિવસ / તા. ____________________

આજનો સુવિચાર	
હું આભારી છું (સવારે)	
અગત્યના કાર્ય	
તમારી ખ્વાઈશ	
હું આભારી છું (સાંજે)	
આજે બનેલી ખાસ બાબત	
આવતીકાલ માટેની પ્રેરણા	

દિવસ / તા. ____________________

આજનો સુવિચાર	
હું આભારી છું (સવારે)	
અગત્યના કાર્ય	
તમારી ખ્વાઈશ	
હું આભારી છું (સાંજે)	
આજે બનેલી ખાસ બાબત	
આવતીકાલ માટેની પ્રેરણા	

આજનો સુવિચાર	
હું આભારી છું (સવારે)	
અગત્યના કાર્ય	
તમારી ખ્વાઈશ	
હું આભારી છું (સાંજે)	
આજે બનેલી ખાસ બાબત	
આવતીકાલ માટેની પ્રેરણા	

દિવસ / તા. ____________________ 33 / 365

આજનો સુવિચાર	
હું આભારી છું (સવારે)	
અગત્યના કાર્ય	
તમારી ખ્વાઈશ	
હું આભારી છું (સાંજે)	
આજે બનેલી ખાસ બાબત	
આવતીકાલ માટેની પ્રેરણા	

દિવસ / તા. ____________________

આજનો સુવિચાર	
હું આભારી છું (સવારે)	
અગત્યના કાર્ય	
તમારી ખ્વાઈશ	
હું આભારી છું (સાંજે)	
આજે બનેલી ખાસ બાબત	
આવતીકાલ માટેની પ્રેરણા	

આજનો સુવિચાર	
હું આભારી છું (સવારે)	
અગત્યના કાર્ય	
તમારી ખ્વાઈશ	
હું આભારી છું (સાંજે)	
આજે બનેલી ખાસ બાબત	
આવતીકાલ માટેની પ્રેરણા	

દિવસ / તા. ____________________

આજનો સુવિચાર	
હું આભારી છું (સવારે)	
અગત્યના કાર્ય	
તમારી ખ્વાઈશ	
હું આભારી છું (સાંજે)	
આજે બનેલી ખાસ બાબત	
આવતીકાલ માટેની પ્રેરણા	

દિવસ / તા. ____________________

આજનો સુવિચાર	
હું આભારી છું (સવારે)	
અગત્યના કાર્ય	
તમારી ખ્વાઈશ	
હું આભારી છું (સાંજે)	
આજે બનેલી ખાસ બાબત	
આવતીકાલ માટેની પ્રેરણા	

દિવસ / તા. ____________________ 38 / 365

આજનો સુવિચાર	
હું આભારી છું (સવારે)	
અગત્યના કાર્ય	
તમારી ખ્વાઈશ	
હું આભારી છું (સાંજે)	
આજે બનેલી ખાસ બાબત	
આવતીકાલ માટેની પ્રેરણા	

આજનો સુવિચાર	
હું આભારી છું (સવારે)	
અગત્યના કાર્ય	
તમારી ખ્વાઈશ	
હું આભારી છું (સાંજે)	
આજે બનેલી ખાસ બાબત	
આવતીકાલ માટેની પ્રેરણા	

આજનો સુવિચાર	
હું આભારી છું (સવારે)	
અગત્યના કાર્ય	
તમારી ખ્વાઈશ	
હું આભારી છું (સાંજે)	
આજે બનેલી ખાસ બાબત	
આવતીકાલ માટેની પ્રેરણા	

આજનો સુવિચાર	
હું આભારી છું (સવારે)	
અગત્યના કાર્ય	
તમારી ખ્વાઈશ	
હું આભારી છું (સાંજે)	
આજે બનેલી ખાસ બાબત	
આવતીકાલ માટેની પ્રેરણા	

દિવસ / તા. ____________________ 42 / 365

આજનો સુવિચાર	
હું આભારી છું (સવારે)	
અગત્યના કાર્ય	
તમારી ખ્વાઈશ	
હું આભારી છું (સાંજે)	
આજે બનેલી ખાસ બાબત	
આવતીકાલ માટેની પ્રેરણા	

દિવસ / તા. ____________________

આજનો સુવિચાર	
હું આભારી છું (સવારે)	
અગત્યના કાર્ય	
તમારી ખ્વાઈશ	
હું આભારી છું (સાંજે)	
આજે બનેલી ખાસ બાબત	
આવતીકાલ માટેની પ્રેરણા	

દિવસ / તા. ____________________ 44 / 365

આજનો સુવિચાર	
હું આભારી છું (સવારે)	
અગત્યના કાર્ય	
તમારી ખ્વાઈશ	
હું આભારી છું (સાંજે)	
આજે બનેલી ખાસ બાબત	
આવતીકાલ માટેની પ્રેરણા	

દિવસ / તા. ____________________

આજનો સુવિચાર	
હું આભારી છું (સવારે)	
અગત્યના કાર્ય	
તમારી ખ્વાઈશ	
હું આભારી છું (સાંજે)	
આજે બનેલી ખાસ બાબત	
આવતીકાલ માટેની પ્રેરણા	

આજનો સુવિચાર	
હું આભારી છું (સવારે)	
અગત્યના કાર્ય	
તમારી ખ્વાઈશ	
હું આભારી છું (સાંજે)	
આજે બનેલી ખાસ બાબત	
આવતીકાલ માટેની પ્રેરણા	

દિવસ / તા. ____________________ 47 / 365

આજનો સુવિચાર	
હું આભારી છું (સવારે)	
અગત્યના કાર્ય	
તમારી ખ્વાઈશ	
હું આભારી છું (સાંજે)	
આજે બનેલી ખાસ બાબત	
આવતીકાલ માટેની પ્રેરણા	

આજનો સુવિચાર	
હું આભારી છું (સવારે)	
અગત્યના કાર્ય	
તમારી ખ્વાઈશ	
હું આભારી છું (સાંજે)	
આજે બનેલી ખાસ બાબત	
આવતીકાલ માટેની પ્રેરણા	

આજનો સુવિચાર	
હું આભારી છું (સવારે)	
અગત્યના કાર્ય	
તમારી ખ્વાઈશ	
હું આભારી છું (સાંજે)	
આજે બનેલી ખાસ બાબત	
આવતીકાલ માટેની પ્રેરણા	

દિવસ / તા. ____________________ 50 / 365

આજનો સુવિચાર	
હું આભારી છું (સવારે)	
અગત્યના કાર્ય	
તમારી ખ્વાઈશ	
હું આભારી છું (સાંજે)	
આજે બનેલી ખાસ બાબત	
આવતીકાલ માટેની પ્રેરણા	

દિવસ / તા. ____________________ 51 / 365

આજનો સુવિચાર	
હું આભારી છું (સવારે)	
અગત્યના કાર્ય	
તમારી ખ્વાઈશ	
હું આભારી છું (સાંજે)	
આજે બનેલી ખાસ બાબત	
આવતીકાલ માટેની પ્રેરણા	

આજનો સુવિચાર	
હું આભારી છું (સવારે)	
અગત્યના કાર્ય	
તમારી ખ્વાઈશ	
હું આભારી છું (સાંજે)	
આજે બનેલી ખાસ બાબત	
આવતીકાલ માટેની પ્રેરણા	

આજનો સુવિચાર	
હું આભારી છું (સવારે)	
અગત્યના કાર્ય	
તમારી ખ્વાઈશ	
હું આભારી છું (સાંજે)	
આજે બનેલી ખાસ બાબત	
આવતીકાલ માટેની પ્રેરણા	

આજનો સુવિચાર	
હું આભારી છું (સવારે)	
અગત્યના કાર્ય	
તમારી ખ્વાઈશ	
હું આભારી છું (સાંજે)	
આજે બનેલી ખાસ બાબત	
આવતીકાલ માટેની પ્રેરણા	

આજનો સુવિચાર	
હું આભારી છું (સવારે)	
અગત્યના કાર્ય	
તમારી ખ્વાઈશ	
હું આભારી છું (સાંજે)	
આજે બનેલી ખાસ બાબત	
આવતીકાલ માટેની પ્રેરણા	

દિવસ / તા. ____________________

આજનો સુવિચાર	
હું આભારી છું (સવારે)	
અગત્યના કાર્ય	
તમારી ખ્વાઈશ	
હું આભારી છું (સાંજે)	
આજે બનેલી ખાસ બાબત	
આવતીકાલ માટેની પ્રેરણા	

આજનો સુવિચાર	
હું આભારી છું (સવારે)	
અગત્યના કાર્ય	
તમારી ખ્વાઈશ	
હું આભારી છું (સાંજે)	
આજે બનેલી ખાસ બાબત	
આવતીકાલ માટેની પ્રેરણા	

આજનો સુવિચાર	
હું આભારી છું (સવારે)	
અગત્યના કાર્ય	
તમારી ખ્વાઈશ	
હું આભારી છું (સાંજે)	
આજે બનેલી ખાસ બાબત	
આવતીકાલ માટેની પ્રેરણા	

આજનો સુવિચાર	
હું આભારી છું (સવારે)	
અગત્યના કાર્ય	
તમારી ખ્વાઈશ	
હું આભારી છું (સાંજે)	
આજે બનેલી ખાસ બાબત	
આવતીકાલ માટેની પ્રેરણા	

આજનો સુવિચાર	
હું આભારી છું (સવારે)	
અગત્યના કાર્ય	
તમારી ખ્વાઈશ	
હું આભારી છું (સાંજે)	
આજે બનેલી ખાસ બાબત	
આવતીકાલ માટેની પ્રેરણા	

દિવસ / તા. ____________________ 61 / 365

આજનો સુવિચાર	
હું આભારી છું (સવારે)	
અગત્યના કાર્ય	
તમારી ખ્વાઈશ	
હું આભારી છું (સાંજે)	
આજે બનેલી ખાસ બાબત	
આવતીકાલ માટેની પ્રેરણા	

દિવસ / તા. ____________________ 62 / 365

આજનો સુવિચાર	
હું આભારી છું (સવારે)	
અગત્યના કાર્ય	
તમારી ખ્વાઈશ	
હું આભારી છું (સાંજે)	
આજે બનેલી ખાસ બાબત	
આવતીકાલ માટેની પ્રેરણા	

આજનો સુવિચાર	
હું આભારી છું (સવારે)	
અગત્યના કાર્ય	
તમારી ખ્વાઈશ	
હું આભારી છું (સાંજે)	
આજે બનેલી ખાસ બાબત	
આવતીકાલ માટેની પ્રેરણા	

આજનો સુવિચાર	
હું આભારી છું (સવારે)	
અગત્યના કાર્ય	
તમારી ખ્વાઈશ	
હું આભારી છું (સાંજે)	
આજે બનેલી ખાસ બાબત	
આવતીકાલ માટેની પ્રેરણા	

આજનો સુવિચાર	
હું આભારી છું (સવારે)	
અગત્યના કાર્ય	
તમારી ખ્વાઈશ	
હું આભારી છું (સાંજે)	
આજે બનેલી ખાસ બાબત	
આવતીકાલ માટેની પ્રેરણા	

દિવસ / તા. ____________________

આજનો સુવિચાર	
હું આભારી છું (સવારે)	
અગત્યના કાર્ય	
તમારી ખ્વાઈશ	
હું આભારી છું (સાંજે)	
આજે બનેલી ખાસ બાબત	
આવતીકાલ માટેની પ્રેરણા	

આજનો સુવિચાર	
હું આભારી છું (સવારે)	
અગત્યના કાર્ય	
તમારી ખ્વાઈશ	
હું આભારી છું (સાંજે)	
આજે બનેલી ખાસ બાબત	
આવતીકાલ માટેની પ્રેરણા	

આજનો સુવિચાર	
હું આભારી છું (સવારે)	
અગત્યના કાર્ય	
તમારી ખ્વાઈશ	
હું આભારી છું (સાંજે)	
આજે બનેલી ખાસ બાબત	
આવતીકાલ માટેની પ્રેરણા	

આજનો સુવિચાર	
હું આભારી છું (સવારે)	
અગત્યના કાર્ય	
તમારી ખ્વાઈશ	
હું આભારી છું (સાંજે)	
આજે બનેલી ખાસ બાબત	
આવતીકાલ માટેની પ્રેરણા	

દિવસ / તા. ____________________ 70 / 365

આજનો સુવિચાર	
હું આભારી છું (સવારે)	
અગત્યના કાર્ય	
તમારી ખ્વાઈશ	
હું આભારી છું (સાંજે)	
આજે બનેલી ખાસ બાબત	
આવતીકાલ માટેની પ્રેરણા	

આજનો સુવિચાર	
હું આભારી છું (સવારે)	
અગત્યના કાર્ય	
તમારી ખ્વાઈશ	
હું આભારી છું (સાંજે)	
આજે બનેલી ખાસ બાબત	
આવતીકાલ માટેની પ્રેરણા	

દિવસ / તા. ____________________

આજનો સુવિચાર	
હું આભારી છું (સવારે)	
અગત્યના કાર્ય	
તમારી ખ્વાઈશ	
હું આભારી છું (સાંજે)	
આજે બનેલી ખાસ બાબત	
આવતીકાલ માટેની પ્રેરણા	

દિવસ / તા. ____________________

આજનો સુવિચાર	
હું આભારી છું (સવારે)	
અગત્યના કાર્ય	
તમારી ખ્વાઈશ	
હું આભારી છું (સાંજે)	
આજે બનેલી ખાસ બાબત	
આવતીકાલ માટેની પ્રેરણા	

આજનો સુવિચાર	
હું આભારી છું (સવારે)	
અગત્યના કાર્ય	
તમારી ખ્વાઈશ	
હું આભારી છું (સાંજે)	
આજે બનેલી ખાસ બાબત	
આવતીકાલ માટેની પ્રેરણા	

આજનો સુવિચાર	
હું આભારી છું (સવારે)	
અગત્યના કાર્ય	
તમારી ખ્વાઈશ	
હું આભારી છું (સાંજે)	
આજે બનેલી ખાસ બાબત	
આવતીકાલ માટેની પ્રેરણા	

આજનો સુવિચાર	
હું આભારી છું (સવારે)	
અગત્યના કાર્ય	
તમારી ખ્વાઈશ	
હું આભારી છું (સાંજે)	
આજે બનેલી ખાસ બાબત	
આવતીકાલ માટેની પ્રેરણા	

દિવસ / તા. ____________________

આજનો સુવિચાર	
હું આભારી છું (સવારે)	
અગત્યના કાર્ય	
તમારી ખ્વાઈશ	
હું આભારી છું (સાંજે)	
આજે બનેલી ખાસ બાબત	
આવતીકાલ માટેની પ્રેરણા	

દિવસ / તા. ____________________ 78 / 365

આજનો સુવિચાર	
હું આભારી છું (સવારે)	
અગત્યના કાર્ય	
તમારી ખ્વાઈશ	
હું આભારી છું (સાંજે)	
આજે બનેલી ખાસ બાબત	
આવતીકાલ માટેની પ્રેરણા	

આજનો સુવિચાર	
હું આભારી છું (સવારે)	
અગત્યના કાર્ય	
તમારી ખ્વાઈશ	
હું આભારી છું (સાંજે)	
આજે બનેલી ખાસ બાબત	
આવતીકાલ માટેની પ્રેરણા	

આજનો સુવિચાર	
હું આભારી છું (સવારે)	
અગત્યના કાર્ય	
તમારી ખ્વાઈશ	
હું આભારી છું (સાંજે)	
આજે બનેલી ખાસ બાબત	
આવતીકાલ માટેની પ્રેરણા	

આજનો સુવિચાર	
હું આભારી છું (સવારે)	
અગત્યના કાર્ય	
તમારી ખ્વાઈશ	
હું આભારી છું (સાંજે)	
આજે બનેલી ખાસ બાબત	
આવતીકાલ માટેની પ્રેરણા	

આજનો સુવિચાર	
હું આભારી છું (સવારે)	
અગત્યના કાર્ય	
તમારી ખ્વાઈશ	
હું આભારી છું (સાંજે)	
આજે બનેલી ખાસ બાબત	
આવતીકાલ માટેની પ્રેરણા	

આજનો સુવિચાર	
હું આભારી છું (સવારે)	
અગત્યના કાર્ય	
તમારી ખ્વાઈશ	
હું આભારી છું (સાંજે)	
આજે બનેલી ખાસ બાબત	
આવતીકાલ માટેની પ્રેરણા	

આજનો સુવિચાર	
હું આભારી છું (સવારે)	
અગત્યના કાર્ય	
તમારી ખ્વાઈશ	
હું આભારી છું (સાંજે)	
આજે બનેલી ખાસ બાબત	
આવતીકાલ માટેની પ્રેરણા	

આજનો સુવિચાર	
હું આભારી છું (સવારે)	
અગત્યના કાર્ય	
તમારી ખ્વાઈશ	
હું આભારી છું (સાંજે)	
આજે બનેલી ખાસ બાબત	
આવતીકાલ માટેની પ્રેરણા	

દિવસ / તા. ________________ 86 / 365

આજનો સુવિચાર	
હું આભારી છું (સવારે)	
અગત્યના કાર્ય	
તમારી ખ્વાઈશ	
હું આભારી છું (સાંજે)	
આજે બનેલી ખાસ બાબત	
આવતીકાલ માટેની પ્રેરણા	

આજનો સુવિચાર	
હું આભારી છું (સવારે)	
અગત્યના કાર્ય	
તમારી ખ્વાઈશ	
હું આભારી છું (સાંજે)	
આજે બનેલી ખાસ બાબત	
આવતીકાલ માટેની પ્રેરણા	

દિવસ / તા. ____________________ 88 / 365

આજનો સુવિચાર	
હું આભારી છું (સવારે)	
અગત્યના કાર્ય	
તમારી ખ્વાઈશ	
હું આભારી છું (સાંજે)	
આજે બનેલી ખાસ બાબત	
આવતીકાલ માટેની પ્રેરણા	

આજનો સુવિચાર	
હું આભારી છું (સવારે)	
અગત્યના કાર્ય	
તમારી ખ્વાઈશ	
હું આભારી છું (સાંજે)	
આજે બનેલી ખાસ બાબત	
આવતીકાલ માટેની પ્રેરણા	

આજનો સુવિચાર	
હું આભારી છું (સવારે)	
અગત્યના કાર્ય	
તમારી ખ્વાઈશ	
હું આભારી છું (સાંજે)	
આજે બનેલી ખાસ બાબત	
આવતીકાલ માટેની પ્રેરણા	

આજનો સુવિચાર	
હું આભારી છું (સવારે)	
અગત્યના કાર્ય	
તમારી ખ્વાઈશ	
હું આભારી છું (સાંજે)	
આજે બનેલી ખાસ બાબત	
આવતીકાલ માટેની પ્રેરણા	

દિવસ / તા. ____________________ 92 / 365

આજનો સુવિચાર	
હું આભારી છું (સવારે)	
અગત્યના કાર્ય	
તમારી ખ્વાઈશ	
હું આભારી છું (સાંજે)	
આજે બનેલી ખાસ બાબત	
આવતીકાલ માટેની પ્રેરણા	

આજનો સુવિચાર	
હું આભારી છું (સવારે)	
અગત્યના કાર્ય	
તમારી ખ્વાઈશ	
હું આભારી છું (સાંજે)	
આજે બનેલી ખાસ બાબત	
આવતીકાલ માટેની પ્રેરણા	

દિવસ / તા. ____________________

આજનો સુવિચાર	
હું આભારી છું (સવારે)	
અગત્યના કાર્ય	
તમારી ખ્વાઈશ	
હું આભારી છું (સાંજે)	
આજે બનેલી ખાસ બાબત	
આવતીકાલ માટેની પ્રેરણા	

દિવસ / તા. ____________________

આજનો સુવિચાર	
હું આભારી છું (સવારે)	
અગત્યના કાર્ય	
તમારી ખ્વાઈશ	
હું આભારી છું (સાંજે)	
આજે બનેલી ખાસ બાબત	
આવતીકાલ માટેની પ્રેરણા	

દિવસ / તા. ________________ 96 / 365

આજનો સુવિચાર	
હું આભારી છું (સવારે)	
અગત્યના કાર્ય	
તમારી ખ્વાઈશ	
હું આભારી છું (સાંજે)	
આજે બનેલી ખાસ બાબત	
આવતીકાલ માટેની પ્રેરણા	

દિવસ / તા. ____________________

આજનો સુવિચાર	
હું આભારી છું (સવારે)	
અગત્યના કાર્ય	
તમારી ખ્વાઈશ	
હું આભારી છું (સાંજે)	
આજે બનેલી ખાસ બાબત	
આવતીકાલ માટેની પ્રેરણા	

દિવસ / તા. ____________________ 98 / 365

આજનો સુવિચાર	
હું આભારી છું (સવારે)	
અગત્યના કાર્ય	
તમારી ખ્વાઈશ	
હું આભારી છું (સાંજે)	
આજે બનેલી ખાસ બાબત	
આવતીકાલ માટેની પ્રેરણા	

આજનો સુવિચાર	
હું આભારી છું (સવારે)	
અગત્યના કાર્ય	
તમારી ખ્વાઈશ	
હું આભારી છું (સાંજે)	
આજે બનેલી ખાસ બાબત	
આવતીકાલ માટેની પ્રેરણા	

દિવસ / તા. ____________________ 100 / 365

આજનો સુવિચાર	
હું આભારી છું (સવારે)	
અગત્યના કાર્ય	
તમારી ખ્વાઈશ	
હું આભારી છું (સાંજે)	
આજે બનેલી ખાસ બાબત	
આવતીકાલ માટેની પ્રેરણા	

આજનો સુવિચાર	
હું આભારી છું (સવારે)	
અગત્યના કાર્ય	
તમારી ખ્વાઈશ	
હું આભારી છું (સાંજે)	
આજે બનેલી ખાસ બાબત	
આવતીકાલ માટેની પ્રેરણા	

આજનો સુવિચાર	
હું આભારી છું (સવારે)	
અગત્યના કાર્ય	
તમારી ખ્વાઈશ	
હું આભારી છું (સાંજે)	
આજે બનેલી ખાસ બાબત	
આવતીકાલ માટેની પ્રેરણા	

આજનો સુવિચાર	
હું આભારી છું (સવારે)	
અગત્યના કાર્ય	
તમારી ખ્વાઈશ	
હું આભારી છું (સાંજે)	
આજે બનેલી ખાસ બાબત	
આવતીકાલ માટેની પ્રેરણા	

આજનો સુવિચાર	
હું આભારી છું (સવારે)	
અગત્યના કાર્ય	
તમારી ખ્વાઈશ	
હું આભારી છું (સાંજે)	
આજે બનેલી ખાસ બાબત	
આવતીકાલ માટેની પ્રેરણા	

આજનો સુવિચાર	
હું આભારી છું (સવારે)	
અગત્યના કાર્ય	
તમારી ખ્વાઈશ	
હું આભારી છું (સાંજે)	
આજે બનેલી ખાસ બાબત	
આવતીકાલ માટેની પ્રેરણા	

આજનો સુવિચાર	
હું આભારી છું (સવારે)	
અગત્યના કાર્ય	
તમારી ખ્વાઈશ	
હું આભારી છું (સાંજે)	
આજે બનેલી ખાસ બાબત	
આવતીકાલ માટેની પ્રેરણા	

દિવસ / તા. ____________________

આજનો સુવિચાર	
હું આભારી છું (સવારે)	
અગત્યના કાર્ય	
તમારી ખ્વાઈશ	
હું આભારી છું (સાંજે)	
આજે બનેલી ખાસ બાબત	
આવતીકાલ માટેની પ્રેરણા	

આજનો સુવિચાર	
હું આભારી છું (સવારે)	
અગત્યના કાર્ય	
તમારી ખ્વાઈશ	
હું આભારી છું (સાંજે)	
આજે બનેલી ખાસ બાબત	
આવતીકાલ માટેની પ્રેરણા	

આજનો સુવિચાર	
હું આભારી છું (સવારે)	
અગત્યના કાર્ય	
તમારી ખ્વાઈશ	
હું આભારી છું (સાંજે)	
આજે બનેલી ખાસ બાબત	
આવતીકાલ માટેની પ્રેરણા	

દિવસ / તા. ____________________

આજનો સુવિચાર	
હું આભારી છું (સવારે)	
અગત્યના કાર્ય	
તમારી ખ્વાઈશ	
હું આભારી છું (સાંજે)	
આજે બનેલી ખાસ બાબત	
આવતીકાલ માટેની પ્રેરણા	

આજનો સુવિચાર	
હું આભારી છું (સવારે)	
અગત્યના કાર્ય	
તમારી ખ્વાઈશ	
હું આભારી છું (સાંજે)	
આજે બનેલી ખાસ બાબત	
આવતીકાલ માટેની પ્રેરણા	

આજનો સુવિચાર	
હું આભારી છું (સવારે)	
અગત્યના કાર્ય	
તમારી ખ્વાઈશ	
હું આભારી છું (સાંજે)	
આજે બનેલી ખાસ બાબત	
આવતીકાલ માટેની પ્રેરણા	

આજનો સુવિચાર	
હું આભારી છું (સવારે)	
અગત્યના કાર્ય	
તમારી ખ્વાઈશ	
હું આભારી છું (સાંજે)	
આજે બનેલી ખાસ બાબત	
આવતીકાલ માટેની પ્રેરણા	

દિવસ / તા. ____________________ 114 / 365

આજનો સુવિચાર	
હું આભારી છું (સવારે)	
અગત્યના કાર્ય	
તમારી ખ્વાઈશ	
હું આભારી છું (સાંજે)	
આજે બનેલી ખાસ બાબત	
આવતીકાલ માટેની પ્રેરણા	

દિવસ / તા. ____________________

આજનો સુવિચાર	
હું આભારી છું (સવારે)	
અગત્યના કાર્ય	
તમારી ખ્વાઈશ	
હું આભારી છું (સાંજે)	
આજે બનેલી ખાસ બાબત	
આવતીકાલ માટેની પ્રેરણા	

આજનો સુવિચાર	
હું આભારી છું (સવારે)	
અગત્યના કાર્ય	
તમારી ખ્વાઈશ	
હું આભારી છું (સાંજે)	
આજે બનેલી ખાસ બાબત	
આવતીકાલ માટેની પ્રેરણા	

આજનો સુવિચાર	
હું આભારી છું (સવારે)	
અગત્યના કાર્ય	
તમારી ખ્વાઈશ	
હું આભારી છું (સાંજે)	
આજે બનેલી ખાસ બાબત	
આવતીકાલ માટેની પ્રેરણા	

આજનો સુવિચાર	
હું આભારી છું (સવારે)	
અગત્યના કાર્ય	
તમારી ખ્વાઈશ	
હું આભારી છું (સાંજે)	
આજે બનેલી ખાસ બાબત	
આવતીકાલ માટેની પ્રેરણા	

દિવસ / તા. ____________________ **119 / 365**

આજનો સુવિચાર	
હું આભારી છું (સવારે)	
અગત્યના કાર્ય	
તમારી ખ્વાઈશ	
હું આભારી છું (સાંજે)	
આજે બનેલી ખાસ બાબત	
આવતીકાલ માટેની પ્રેરણા	

દિવસ / તા. ____________________

આજનો સુવિચાર	
હું આભારી છું (સવારે)	
અગત્યના કાર્ય	
તમારી ખ્વાઈશ	
હું આભારી છું (સાંજે)	
આજે બનેલી ખાસ બાબત	
આવતીકાલ માટેની પ્રેરણા	

આજનો સુવિચાર	
હું આભારી છું (સવારે)	
અગત્યના કાર્ય	
તમારી ખ્વાઈશ	
હું આભારી છું (સાંજે)	
આજે બનેલી ખાસ બાબત	
આવતીકાલ માટેની પ્રેરણા	

આજનો સુવિચાર	
હું આભારી છું (સવારે)	
અગત્યના કાર્ય	
તમારી ખ્વાઈશ	
હું આભારી છું (સાંજે)	
આજે બનેલી ખાસ બાબત	
આવતીકાલ માટેની પ્રેરણા	

દિવસ / તા. ____________________ 123 / 365

આજનો સુવિચાર	
હું આભારી છું (સવારે)	
અગત્યના કાર્ય	
તમારી ખ્વાઈશ	
હું આભારી છું (સાંજે)	
આજે બનેલી ખાસ બાબત	
આવતીકાલ માટેની પ્રેરણા	

દિવસ / તા. ____________________

આજનો સુવિચાર	
હું આભારી છું (સવારે)	
અગત્યના કાર્ય	
તમારી ખ્વાઈશ	
હું આભારી છું (સાંજે)	
આજે બનેલી ખાસ બાબત	
આવતીકાલ માટેની પ્રેરણા	

આજનો સુવિચાર	
હું આભારી છું (સવારે)	
અગત્યના કાર્ય	
તમારી ખ્વાઈશ	
હું આભારી છું (સાંજે)	
આજે બનેલી ખાસ બાબત	
આવતીકાલ માટેની પ્રેરણા	

દિવસ / તા. ____________________

આજનો સુવિચાર	
હું આભારી છું (સવારે)	
અગત્યના કાર્ય	
તમારી ખ્વાઈશ	
હું આભારી છું (સાંજે)	
આજે બનેલી ખાસ બાબત	
આવતીકાલ માટેની પ્રેરણા	

દિવસ / તા. ____________________

આજનો સુવિચાર	
હું આભારી છું (સવારે)	
અગત્યના કાર્ય	
તમારી ખ્વાઈશ	
હું આભારી છું (સાંજે)	
આજે બનેલી ખાસ બાબત	
આવતીકાલ માટેની પ્રેરણા	

આજનો સુવિચાર	
હું આભારી છું (સવારે)	
અગત્યના કાર્ય	
તમારી ખ્વાઈશ	
હું આભારી છું (સાંજે)	
આજે બનેલી ખાસ બાબત	
આવતીકાલ માટેની પ્રેરણા	

આજનો સુવિચાર	
હું આભારી છું (સવારે)	
અગત્યના કાર્ય	
તમારી ખ્વાઈશ	
હું આભારી છું (સાંજે)	
આજે બનેલી ખાસ બાબત	
આવતીકાલ માટેની પ્રેરણા	

દિવસ / તા. ____________________

આજનો સુવિચાર	
હું આભારી છું (સવારે)	
અગત્યના કાર્ય	
તમારી ખ્વાઈશ	
હું આભારી છું (સાંજે)	
આજે બનેલી ખાસ બાબત	
આવતીકાલ માટેની પ્રેરણા	

આજનો સુવિચાર	
હું આભારી છું (સવારે)	
અગત્યના કાર્ય	
તમારી ખ્વાઈશ	
હું આભારી છું (સાંજે)	
આજે બનેલી ખાસ બાબત	
આવતીકાલ માટેની પ્રેરણા	

આજનો સુવિચાર	
હું આભારી છું (સવારે)	
અગત્યના કાર્ય	
તમારી ખ્વાઈશ	
હું આભારી છું (સાંજે)	
આજે બનેલી ખાસ બાબત	
આવતીકાલ માટેની પ્રેરણા	

દિવસ / તા. ____________________ 133 / 365

આજનો સુવિચાર	
હું આભારી છું (સવારે)	
અગત્યના કાર્ય	
તમારી ખ્વાઈશ	
હું આભારી છું (સાંજે)	
આજે બનેલી ખાસ બાબત	
આવતીકાલ માટેની પ્રેરણા	

દિવસ / તા. ____________________ 134 / 365

આજનો સુવિચાર	
હું આભારી છું (સવારે)	
અગત્યના કાર્ય	
તમારી ખ્વાઈશ	
હું આભારી છું (સાંજે)	
આજે બનેલી ખાસ બાબત	
આવતીકાલ માટેની પ્રેરણા	

આજનો સુવિચાર	
હું આભારી છું (સવારે)	
અગત્યના કાર્ય	
તમારી ખ્વાઈશ	
હું આભારી છું (સાંજે)	
આજે બનેલી ખાસ બાબત	
આવતીકાલ માટેની પ્રેરણા	

આજનો સુવિચાર	
હું આભારી છું (સવારે)	
અગત્યના કાર્ય	
તમારી ખ્વાઈશ	
હું આભારી છું (સાંજે)	
આજે બનેલી ખાસ બાબત	
આવતીકાલ માટેની પ્રેરણા	

દિવસ / તા. ____________________

આજનો સુવિચાર	
હું આભારી છું (સવારે)	
અગત્યના કાર્ય	
તમારી ખ્વાઈશ	
હું આભારી છું (સાંજે)	
આજે બનેલી ખાસ બાબત	
આવતીકાલ માટેની પ્રેરણા	

આજનો સુવિચાર	
હું આભારી છું (સવારે)	
અગત્યના કાર્ય	
તમારી ખ્વાઈશ	
હું આભારી છું (સાંજે)	
આજે બનેલી ખાસ બાબત	
આવતીકાલ માટેની પ્રેરણા	

આજનો સુવિચાર	
હું આભારી છું (સવારે)	
અગત્યના કાર્ય	
તમારી ખ્વાઈશ	
હું આભારી છું (સાંજે)	
આજે બનેલી ખાસ બાબત	
આવતીકાલ માટેની પ્રેરણા	

દિવસ / તા. ____________________ 140 / 365

આજનો સુવિચાર	
હું આભારી છું (સવારે)	
અગત્યના કાર્ય	
તમારી ખ્વાઈશ	
હું આભારી છું (સાંજે)	
આજે બનેલી ખાસ બાબત	
આવતીકાલ માટેની પ્રેરણા	

દિવસ / તા. ____________________

આજનો સુવિચાર	
હું આભારી છું (સવારે)	
અગત્યના કાર્ય	
તમારી ખ્વાઈશ	
હું આભારી છું (સાંજે)	
આજે બનેલી ખાસ બાબત	
આવતીકાલ માટેની પ્રેરણા	

આજનો સુવિચાર	
હું આભારી છું (સવારે)	
અગત્યના કાર્ય	
તમારી ખ્વાઈશ	
હું આભારી છું (સાંજે)	
આજે બનેલી ખાસ બાબત	
આવતીકાલ માટેની પ્રેરણા	

આજનો સુવિચાર	
હું આભારી છું (સવારે)	
અગત્યના કાર્ય	
તમારી ખ્વાઈશ	
હું આભારી છું (સાંજે)	
આજે બનેલી ખાસ બાબત	
આવતીકાલ માટેની પ્રેરણા	

આજનો સુવિચાર	
હું આભારી છું (સવારે)	
અગત્યના કાર્ય	
તમારી ખ્વાઈશ	
હું આભારી છું (સાંજે)	
આજે બનેલી ખાસ બાબત	
આવતીકાલ માટેની પ્રેરણા	

આજનો સુવિચાર	
હું આભારી છું (સવારે)	
અગત્યના કાર્ય	
તમારી ખ્વાઈશ	
હું આભારી છું (સાંજે)	
આજે બનેલી ખાસ બાબત	
આવતીકાલ માટેની પ્રેરણા	

આજનો સુવિચાર	
હું આભારી છું (સવારે)	
અગત્યના કાર્ય	
તમારી ખ્વાઈશ	
હું આભારી છું (સાંજે)	
આજે બનેલી ખાસ બાબત	
આવતીકાલ માટેની પ્રેરણા	

દિવસ / તા. ____________________

આજનો સુવિચાર	
હું આભારી છું (સવારે)	
અગત્યના કાર્ય	
તમારી ખ્વાઈશ	
હું આભારી છું (સાંજે)	
આજે બનેલી ખાસ બાબત	
આવતીકાલ માટેની પ્રેરણા	

આજનો સુવિચાર	
હું આભારી છું (સવારે)	
અગત્યના કાર્ય	
તમારી ખ્વાઈશ	
હું આભારી છું (સાંજે)	
આજે બનેલી ખાસ બાબત	
આવતીકાલ માટેની પ્રેરણા	

આજનો સુવિચાર	
હું આભારી છું (સવારે)	
અગત્યના કાર્ય	
તમારી ખ્વાઈશ	
હું આભારી છું (સાંજે)	
આજે બનેલી ખાસ બાબત	
આવતીકાલ માટેની પ્રેરણા	

દિવસ / તા. ____________________ 150 / 365

આજનો સુવિચાર	
હું આભારી છું (સવારે)	
અગત્યના કાર્ય	
તમારી ખ્વાઈશ	
હું આભારી છું (સાંજે)	
આજે બનેલી ખાસ બાબત	
આવતીકાલ માટેની પ્રેરણા	

આજનો સુવિચાર	
હું આભારી છું (સવારે)	
અગત્યના કાર્ય	
તમારી ખ્વાઈશ	
હું આભારી છું (સાંજે)	
આજે બનેલી ખાસ બાબત	
આવતીકાલ માટેની પ્રેરણા	

આજનો સુવિચાર	
હું આભારી છું (સવારે)	
અગત્યના કાર્ય	
તમારી ખ્વાઈશ	
હું આભારી છું (સાંજે)	
આજે બનેલી ખાસ બાબત	
આવતીકાલ માટેની પ્રેરણા	

આજનો સુવિચાર	
હું આભારી છું (સવારે)	
અગત્યના કાર્ય	
તમારી ખ્વાઈશ	
હું આભારી છું (સાંજે)	
આજે બનેલી ખાસ બાબત	
આવતીકાલ માટેની પ્રેરણા	

દિવસ / તા. ____________________

આજનો સુવિચાર	
હું આભારી છું (સવારે)	
અગત્યના કાર્ય	
તમારી ખ્વાઈશ	
હું આભારી છું (સાંજે)	
આજે બનેલી ખાસ બાબત	
આવતીકાલ માટેની પ્રેરણા	

દિવસ / તા. ____________________

આજનો સુવિચાર	
હું આભારી છું (સવારે)	
અગત્યના કાર્ય	
તમારી ખ્વાઈશ	
હું આભારી છું (સાંજે)	
આજે બનેલી ખાસ બાબત	
આવતીકાલ માટેની પ્રેરણા	

દિવસ / તા. ____________________

આજનો સુવિચાર	
હું આભારી છું (સવારે)	
અગત્યના કાર્ય	
તમારી ખ્વાઈશ	
હું આભારી છું (સાંજે)	
આજે બનેલી ખાસ બાબત	
આવતીકાલ માટેની પ્રેરણા	

આજનો સુવિચાર	
હું આભારી છું (સવારે)	
અગત્યના કાર્ય	
તમારી ખ્વાઈશ	
હું આભારી છું (સાંજે)	
આજે બનેલી ખાસ બાબત	
આવતીકાલ માટેની પ્રેરણા	

દિવસ / તા. ____________________ **158 / 365**

આજનો સુવિચાર	
હું આભારી છું (સવારે)	
અગત્યના કાર્ય	
તમારી ખ્વાઈશ	
હું આભારી છું (સાંજે)	
આજે બનેલી ખાસ બાબત	
આવતીકાલ માટેની પ્રેરણા	

દિવસ / તા. ________________

આજનો સુવિચાર	
હું આભારી છું (સવારે)	
અગત્યના કાર્ય	
તમારી ખ્વાઈશ	
હું આભારી છું (સાંજે)	
આજે બનેલી ખાસ બાબત	
આવતીકાલ માટેની પ્રેરણા	

આજનો સુવિચાર	
હું આભારી છું (સવારે)	
અગત્યના કાર્ય	
તમારી ખ્વાઈશ	
હું આભારી છું (સાંજે)	
આજે બનેલી ખાસ બાબત	
આવતીકાલ માટેની પ્રેરણા	

આજનો સુવિચાર	
હું આભારી છું (સવારે)	
અગત્યના કાર્ય	
તમારી ખ્વાઈશ	
હું આભારી છું (સાંજે)	
આજે બનેલી ખાસ બાબત	
આવતીકાલ માટેની પ્રેરણા	

આજનો સુવિચાર	
હું આભારી છું (સવારે)	
અગત્યના કાર્ય	
તમારી ખ્વાઈશ	
હું આભારી છું (સાંજે)	
આજે બનેલી ખાસ બાબત	
આવતીકાલ માટેની પ્રેરણા	

આજનો સુવિચાર	
હું આભારી છું (સવારે)	
અગત્યના કાર્ય	
તમારી ખ્વાઈશ	
હું આભારી છું (સાંજે)	
આજે બનેલી ખાસ બાબત	
આવતીકાલ માટેની પ્રેરણા	

દિવસ / તા. ____________________ 164 / 365

આજનો સુવિચાર	
હું આભારી છું (સવારે)	
અગત્યના કાર્ય	
તમારી ખ્વાઈશ	
હું આભારી છું (સાંજે)	
આજે બનેલી ખાસ બાબત	
આવતીકાલ માટેની પ્રેરણા	

દિવસ / તા. ____________________

આજનો સુવિચાર	
હું આભારી છું (સવારે)	
અગત્યના કાર્ય	
તમારી ખ્વાઈશ	
હું આભારી છું (સાંજે)	
આજે બનેલી ખાસ બાબત	
આવતીકાલ માટેની પ્રેરણા	

આજનો સુવિચાર	
હું આભારી છું (સવારે)	
અગત્યના કાર્ય	
તમારી ખ્વાઈશ	
હું આભારી છું (સાંજે)	
આજે બનેલી ખાસ બાબત	
આવતીકાલ માટેની પ્રેરણા	

દિવસ / તા. ____________________ 167 / 365

આજનો સુવિચાર	
હું આભારી છું (સવારે)	
અગત્યના કાર્ય	
તમારી ખ્વાઈશ	
હું આભારી છું (સાંજે)	
આજે બનેલી ખાસ બાબત	
આવતીકાલ માટેની પ્રેરણા	

દિવસ / તા. ____________________

આજનો સુવિચાર	
હું આભારી છું (સવારે)	
અગત્યના કાર્ય	
તમારી ખ્વાઈશ	
હું આભારી છું (સાંજે)	
આજે બનેલી ખાસ બાબત	
આવતીકાલ માટેની પ્રેરણા	

આજનો સુવિચાર	
હું આભારી છું (સવારે)	
અગત્યના કાર્ય	
તમારી ખ્વાઈશ	
હું આભારી છું (સાંજે)	
આજે બનેલી ખાસ બાબત	
આવતીકાલ માટેની પ્રેરણા	

આજનો સુવિચાર	
હું આભારી છું (સવારે)	
અગત્યના કાર્ય	
તમારી ખ્વાઈશ	
હું આભારી છું (સાંજે)	
આજે બનેલી ખાસ બાબત	
આવતીકાલ માટેની પ્રેરણા	

આજનો સુવિચાર	
હું આભારી છું (સવારે)	
અગત્યના કાર્ય	
તમારી ખ્વાઈશ	
હું આભારી છું (સાંજે)	
આજે બનેલી ખાસ બાબત	
આવતીકાલ માટેની પ્રેરણા	

આજનો સુવિચાર	
હું આભારી છું (સવારે)	
અગત્યના કાર્ય	
તમારી ખ્વાઈશ	
હું આભારી છું (સાંજે)	
આજે બનેલી ખાસ બાબત	
આવતીકાલ માટેની પ્રેરણા	

આજનો સુવિચાર	
હું આભારી છું (સવારે)	
અગત્યના કાર્ય	
તમારી ખ્વાઈશ	
હું આભારી છું (સાંજે)	
આજે બનેલી ખાસ બાબત	
આવતીકાલ માટેની પ્રેરણા	

દિવસ / તા. ____________________

આજનો સુવિચાર	
હું આભારી છું (સવારે)	
અગત્યના કાર્ય	
તમારી ખ્વાઈશ	
હું આભારી છું (સાંજે)	
આજે બનેલી ખાસ બાબત	
આવતીકાલ માટેની પ્રેરણા	

દિવસ / તા. ____________________ 175 / 365

આજનો સુવિચાર	
હું આભારી છું (સવારે)	
અગત્યના કાર્ય	
તમારી ખ્વાઈશ	
હું આભારી છું (સાંજે)	
આજે બનેલી ખાસ બાબત	
આવતીકાલ માટેની પ્રેરણા	

આજનો સુવિચાર	
હું આભારી છું (સવારે)	
અગત્યના કાર્ય	
તમારી ખ્વાઈશ	
હું આભારી છું (સાંજે)	
આજે બનેલી ખાસ બાબત	
આવતીકાલ માટેની પ્રેરણા	

આજનો સુવિચાર	
હું આભારી છું (સવારે)	
અગત્યના કાર્ય	
તમારી ખ્વાઈશ	
હું આભારી છું (સાંજે)	
આજે બનેલી ખાસ બાબત	
આવતીકાલ માટેની પ્રેરણા	

દિવસ / તા. ___________________

આજનો સુવિચાર	
હું આભારી છું (સવારે)	
અગત્યના કાર્ય	
તમારી ખ્વાઈશ	
હું આભારી છું (સાંજે)	
આજે બનેલી ખાસ બાબત	
આવતીકાલ માટેની પ્રેરણા	

આજનો સુવિચાર	
હું આભારી છું (સવારે)	
અગત્યના કાર્ય	
તમારી ખ્વાઈશ	
હું આભારી છું (સાંજે)	
આજે બનેલી ખાસ બાબત	
આવતીકાલ માટેની પ્રેરણા	

દિવસ / તા. ____________________

આજનો સુવિચાર	
હું આભારી છું (સવારે)	
અગત્યના કાર્ય	
તમારી ખ્વાઈશ	
હું આભારી છું (સાંજે)	
આજે બનેલી ખાસ બાબત	
આવતીકાલ માટેની પ્રેરણા	

આજનો સુવિચાર	
હું આભારી છું (સવારે)	
અગત્યના કાર્ય	
તમારી ખ્વાઈશ	
હું આભારી છું (સાંજે)	
આજે બનેલી ખાસ બાબત	
આવતીકાલ માટેની પ્રેરણા	

આજનો સુવિચાર	
હું આભારી છું (સવારે)	
અગત્યના કાર્ય	
તમારી ખ્વાઈશ	
હું આભારી છું (સાંજે)	
આજે બનેલી ખાસ બાબત	
આવતીકાલ માટેની પ્રેરણા	

આજનો સુવિચાર	
હું આભારી છું (સવારે)	
અગત્યના કાર્ય	
તમારી ખ્વાઈશ	
હું આભારી છું (સાંજે)	
આજે બનેલી ખાસ બાબત	
આવતીકાલ માટેની પ્રેરણા	

દિવસ / તા. ____________________ 184 / 365

આજનો સુવિચાર	
હું આભારી છું (સવારે)	
અગત્યના કાર્ય	
તમારી ખ્વાઈશ	
હું આભારી છું (સાંજે)	
આજે બનેલી ખાસ બાબત	
આવતીકાલ માટેની પ્રેરણા	

દિવસ / તા. ____________________

આજનો સુવિચાર	
હું આભારી છું (સવારે)	
અગત્યના કાર્ય	
તમારી ખ્વાઈશ	
હું આભારી છું (સાંજે)	
આજે બનેલી ખાસ બાબત	
આવતીકાલ માટેની પ્રેરણા	

આજનો સુવિચાર	
હું આભારી છું (સવારે)	
અગત્યના કાર્ય	
તમારી ખ્વાઈશ	
હું આભારી છું (સાંજે)	
આજે બનેલી ખાસ બાબત	
આવતીકાલ માટેની પ્રેરણા	

દિવસ / તા. ____________________ 187 / 365

આજનો સુવિચાર	
હું આભારી છું (સવારે)	
અગત્યના કાર્ય	
તમારી ખ્વાઈશ	
હું આભારી છું (સાંજે)	
આજે બનેલી ખાસ બાબત	
આવતીકાલ માટેની પ્રેરણા	

દિવસ / તા. ____________________ 188 / 365

આજનો સુવિચાર	
હું આભારી છું (સવારે)	
અગત્યના કાર્ય	
તમારી ખ્વાઈશ	
હું આભારી છું (સાંજે)	
આજે બનેલી ખાસ બાબત	
આવતીકાલ માટેની પ્રેરણા	

આજનો સુવિચાર	
હું આભારી છું (સવારે)	
અગત્યના કાર્ય	
તમારી ખ્વાઈશ	
હું આભારી છું (સાંજે)	
આજે બનેલી ખાસ બાબત	
આવતીકાલ માટેની પ્રેરણા	

દિવસ / તા. ____________________

આજનો સુવિચાર	
હું આભારી છું (સવારે)	
અગત્યના કાર્ય	
તમારી ખ્વાઈશ	
હું આભારી છું (સાંજે)	
આજે બનેલી ખાસ બાબત	
આવતીકાલ માટેની પ્રેરણા	

દિવસ / તા. ____________________

આજનો સુવિચાર	
હું આભારી છું (સવારે)	
અગત્યના કાર્ય	
તમારી ખ્વાઈશ	
હું આભારી છું (સાંજે)	
આજે બનેલી ખાસ બાબત	
આવતીકાલ માટેની પ્રેરણા	

દિવસ / તા. ____________________

આજનો સુવિચાર	
હું આભારી છું (સવારે)	
અગત્યના કાર્ય	
તમારી ખ્વાઈશ	
હું આભારી છું (સાંજે)	
આજે બનેલી ખાસ બાબત	
આવતીકાલ માટેની પ્રેરણા	

આજનો સુવિચાર	
હું આભારી છું (સવારે)	
અગત્યના કાર્ય	
તમારી ખ્વાઈશ	
હું આભારી છું (સાંજે)	
આજે બનેલી ખાસ બાબત	
આવતીકાલ માટેની પ્રેરણા	

દિવસ / તા. ____________________

આજનો સુવિચાર	
હું આભારી છું (સવારે)	
અગત્યના કાર્ય	
તમારી ખ્વાઈશ	
હું આભારી છું (સાંજે)	
આજે બનેલી ખાસ બાબત	
આવતીકાલ માટેની પ્રેરણા	

આજનો સુવિચાર	
હું આભારી છું (સવારે)	
અગત્યના કાર્ય	
તમારી ખ્વાઈશ	
હું આભારી છું (સાંજે)	
આજે બનેલી ખાસ બાબત	
આવતીકાલ માટેની પ્રેરણા	

આજનો સુવિચાર	
હું આભારી છું (સવારે)	
અગત્યના કાર્ય	
તમારી ખ્વાઈશ	
હું આભારી છું (સાંજે)	
આજે બનેલી ખાસ બાબત	
આવતીકાલ માટેની પ્રેરણા	

આજનો સુવિચાર	
હું આભારી છું (સવારે)	
અગત્યના કાર્ય	
તમારી ખ્વાઈશ	
હું આભારી છું (સાંજે)	
આજે બનેલી ખાસ બાબત	
આવતીકાલ માટેની પ્રેરણા	

આજનો સુવિચાર	
હું આભારી છું (સવારે)	
અગત્યના કાર્ય	
તમારી ખ્વાઈશ	
હું આભારી છું (સાંજે)	
આજે બનેલી ખાસ બાબત	
આવતીકાલ માટેની પ્રેરણા	

દિવસ / તા. ____________________

આજનો સુવિચાર	
હું આભારી છું (સવારે)	
અગત્યના કાર્ય	
તમારી ખ્વાઈશ	
હું આભારી છું (સાંજે)	
આજે બનેલી ખાસ બાબત	
આવતીકાલ માટેની પ્રેરણા	

દિવસ / તા. ____________________ 200 / 365

આજનો સુવિચાર	
હું આભારી છું (સવારે)	
અગત્યના કાર્ય	
તમારી ખ્વાઈશ	
હું આભારી છું (સાંજે)	
આજે બનેલી ખાસ બાબત	
આવતીકાલ માટેની પ્રેરણા	

આજનો સુવિચાર	
હું આભારી છું (સવારે)	
અગત્યના કાર્ય	
તમારી ખ્વાઈશ	
હું આભારી છું (સાંજે)	
આજે બનેલી ખાસ બાબત	
આવતીકાલ માટેની પ્રેરણા	

દિવસ / તા. ____________________ 202 / 365

આજનો સુવિચાર	
હું આભારી છું (સવારે)	
અગત્યના કાર્ય	
તમારી ખ્વાઈશ	
હું આભારી છું (સાંજે)	
આજે બનેલી ખાસ બાબત	
આવતીકાલ માટેની પ્રેરણા	

આજનો સુવિચાર	
હું આભારી છું (સવારે)	
અગત્યના કાર્ય	
તમારી ખ્વાઈશ	
હું આભારી છું (સાંજે)	
આજે બનેલી ખાસ બાબત	
આવતીકાલ માટેની પ્રેરણા	

આજનો સુવિચાર	
હું આભારી છું (સવારે)	
અગત્યના કાર્ય	
તમારી ખ્વાઈશ	
હું આભારી છું (સાંજે)	
આજે બનેલી ખાસ બાબત	
આવતીકાલ માટેની પ્રેરણા	

આજનો સુવિચાર	
હું આભારી છું (સવારે)	
અગત્યના કાર્ય	
તમારી ખ્વાઈશ	
હું આભારી છું (સાંજે)	
આજે બનેલી ખાસ બાબત	
આવતીકાલ માટેની પ્રેરણા	

આજનો સુવિચાર	
હું આભારી છું (સવારે)	
અગત્યના કાર્ય	
તમારી ખ્વાઈશ	
હું આભારી છું (સાંજે)	
આજે બનેલી ખાસ બાબત	
આવતીકાલ માટેની પ્રેરણા	

આજનો સુવિચાર	
હું આભારી છું (સવારે)	
અગત્યના કાર્ય	
તમારી ખ્વાઈશ	
હું આભારી છું (સાંજે)	
આજે બનેલી ખાસ બાબત	
આવતીકાલ માટેની પ્રેરણા	

દિવસ / તા. ____________________

આજનો સુવિચાર	
હું આભારી છું (સવારે)	
અગત્યના કાર્ય	
તમારી ખ્વાઈશ	
હું આભારી છું (સાંજે)	
આજે બનેલી ખાસ બાબત	
આવતીકાલ માટેની પ્રેરણા	

આજનો સુવિચાર	
હું આભારી છું (સવારે)	
અગત્યના કાર્ય	
તમારી ખ્વાઈશ	
હું આભારી છું (સાંજે)	
આજે બનેલી ખાસ બાબત	
આવતીકાલ માટેની પ્રેરણા	

આજનો સુવિચાર	
હું આભારી છું (સવારે)	
અગત્યના કાર્ય	
તમારી ખ્વાઈશ	
હું આભારી છું (સાંજે)	
આજે બનેલી ખાસ બાબત	
આવતીકાલ માટેની પ્રેરણા	

આજનો સુવિચાર	
હું આભારી છું (સવારે)	
અગત્યના કાર્ય	
તમારી ખ્વાઈશ	
હું આભારી છું (સાંજે)	
આજે બનેલી ખાસ બાબત	
આવતીકાલ માટેની પ્રેરણા	

આજનો સુવિચાર	
હું આભારી છું (સવારે)	
અગત્યના કાર્ય	
તમારી ખ્વાઈશ	
હું આભારી છું (સાંજે)	
આજે બનેલી ખાસ બાબત	
આવતીકાલ માટેની પ્રેરણા	

આજનો સુવિચાર	
હું આભારી છું (સવારે)	
અગત્યના કાર્ય	
તમારી ખ્વાઈશ	
હું આભારી છું (સાંજે)	
આજે બનેલી ખાસ બાબત	
આવતીકાલ માટેની પ્રેરણા	

આજનો સુવિચાર	
હું આભારી છું (સવારે)	
અગત્યના કાર્ય	
તમારી ખ્વાઈશ	
હું આભારી છું (સાંજે)	
આજે બનેલી ખાસ બાબત	
આવતીકાલ માટેની પ્રેરણા	

આજનો સુવિચાર	
હું આભારી છું (સવારે)	
અગત્યના કાર્ય	
તમારી ખ્વાઈશ	
હું આભારી છું (સાંજે)	
આજે બનેલી ખાસ બાબત	
આવતીકાલ માટેની પ્રેરણા	

દિવસ / તા. ___________________ 216 / 365

આજનો સુવિચાર	
હું આભારી છું (સવારે)	
અગત્યના કાર્ય	
તમારી ખ્વાઈશ	
હું આભારી છું (સાંજે)	
આજે બનેલી ખાસ બાબત	
આવતીકાલ માટેની પ્રેરણા	

આજનો સુવિચાર	
હું આભારી છું (સવારે)	
અગત્યના કાર્ય	
તમારી ખ્વાઈશ	
હું આભારી છું (સાંજે)	
આજે બનેલી ખાસ બાબત	
આવતીકાલ માટેની પ્રેરણા	

આજનો સુવિચાર	
હું આભારી છું (સવારે)	
અગત્યના કાર્ય	
તમારી ખ્વાઈશ	
હું આભારી છું (સાંજે)	
આજે બનેલી ખાસ બાબત	
આવતીકાલ માટેની પ્રેરણા	

આજનો સુવિચાર	
હું આભારી છું (સવારે)	
અગત્યના કાર્ય	
તમારી ખ્વાઈશ	
હું આભારી છું (સાંજે)	
આજે બનેલી ખાસ બાબત	
આવતીકાલ માટેની પ્રેરણા	

દિવસ / તા. ____________________

આજનો સુવિચાર	
હું આભારી છું (સવારે)	
અગત્યના કાર્ય	
તમારી ખ્વાઈશ	
હું આભારી છું (સાંજે)	
આજે બનેલી ખાસ બાબત	
આવતીકાલ માટેની પ્રેરણા	

આજનો સુવિચાર	
હું આભારી છું (સવારે)	
અગત્યના કાર્ય	
તમારી ખ્વાઈશ	
હું આભારી છું (સાંજે)	
આજે બનેલી ખાસ બાબત	
આવતીકાલ માટેની પ્રેરણા	

આજનો સુવિચાર	
હું આભારી છું (સવારે)	
અગત્યના કાર્ય	
તમારી ખ્વાઈશ	
હું આભારી છું (સાંજે)	
આજે બનેલી ખાસ બાબત	
આવતીકાલ માટેની પ્રેરણા	

આજનો સુવિચાર	
હું આભારી છું (સવારે)	
અગત્યના કાર્ય	
તમારી ખ્વાઈશ	
હું આભારી છું (સાંજે)	
આજે બનેલી ખાસ બાબત	
આવતીકાલ માટેની પ્રેરણા	

દિવસ / તા. ____________________ 224 / 365

આજનો સુવિચાર	
હું આભારી છું (સવારે)	
અગત્યના કાર્ય	
તમારી ખ્વાઈશ	
હું આભારી છું (સાંજે)	
આજે બનેલી ખાસ બાબત	
આવતીકાલ માટેની પ્રેરણા	

દિવસ / તા. ____________________

આજનો સુવિચાર	
હું આભારી છું (સવારે)	
અગત્યના કાર્ય	
તમારી ખ્વાઈશ	
હું આભારી છું (સાંજે)	
આજે બનેલી ખાસ બાબત	
આવતીકાલ માટેની પ્રેરણા	

દિવસ / તા. ____________________

આજનો સુવિચાર	
હું આભારી છું (સવારે)	
અગત્યના કાર્ય	
તમારી ખ્વાઈશ	
હું આભારી છું (સાંજે)	
આજે બનેલી ખાસ બાબત	
આવતીકાલ માટેની પ્રેરણા	

આજનો સુવિચાર	
હું આભારી છું (સવારે)	
અગત્યના કાર્ય	
તમારી ખ્વાઈશ	
હું આભારી છું (સાંજે)	
આજે બનેલી ખાસ બાબત	
આવતીકાલ માટેની પ્રેરણા	

આજનો સુવિચાર	
હું આભારી છું (સવારે)	
અગત્યના કાર્ય	
તમારી ખ્વાઈશ	
હું આભારી છું (સાંજે)	
આજે બનેલી ખાસ બાબત	
આવતીકાલ માટેની પ્રેરણા	

આજનો સુવિચાર	
હું આભારી છું (સવારે)	
અગત્યના કાર્ય	
તમારી ખ્વાઈશ	
હું આભારી છું (સાંજે)	
આજે બનેલી ખાસ બાબત	
આવતીકાલ માટેની પ્રેરણા	

દિવસ / તા. ____________________ 230 / 365

આજનો સુવિચાર	
હું આભારી છું (સવારે)	
અગત્યના કાર્ય	
તમારી ખ્વાઈશ	
હું આભારી છું (સાંજે)	
આજે બનેલી ખાસ બાબત	
આવતીકાલ માટેની પ્રેરણા	

આજનો સુવિચાર	
હું આભારી છું (સવારે)	
અગત્યના કાર્ય	
તમારી ખ્વાઈશ	
હું આભારી છું (સાંજે)	
આજે બનેલી ખાસ બાબત	
આવતીકાલ માટેની પ્રેરણા	

દિવસ / તા. ____________________ 232 / 365

આજનો સુવિચાર	
હું આભારી છું (સવારે)	
અગત્યના કાર્ય	
તમારી ખ્વાઈશ	
હું આભારી છું (સાંજે)	
આજે બનેલી ખાસ બાબત	
આવતીકાલ માટેની પ્રેરણા	

આજનો સુવિચાર	
હું આભારી છું (સવારે)	
અગત્યના કાર્ય	
તમારી ખ્વાઈશ	
હું આભારી છું (સાંજે)	
આજે બનેલી ખાસ બાબત	
આવતીકાલ માટેની પ્રેરણા	

આજનો સુવિચાર	
હું આભારી છું (સવારે)	
અગત્યના કાર્ય	
તમારી ખ્વાઈશ	
હું આભારી છું (સાંજે)	
આજે બનેલી ખાસ બાબત	
આવતીકાલ માટેની પ્રેરણા	

આજનો સુવિચાર	
હું આભારી છું (સવારે)	
અગત્યના કાર્ય	
તમારી ખ્વાઈશ	
હું આભારી છું (સાંજે)	
આજે બનેલી ખાસ બાબત	
આવતીકાલ માટેની પ્રેરણા	

આજનો સુવિચાર	
હું આભારી છું (સવારે)	
અગત્યના કાર્ય	
તમારી ખ્વાઈશ	
હું આભારી છું (સાંજે)	
આજે બનેલી ખાસ બાબત	
આવતીકાલ માટેની પ્રેરણા	

આજનો સુવિચાર	
હું આભારી છું (સવારે)	
અગત્યના કાર્ય	
તમારી ખ્વાઈશ	
હું આભારી છું (સાંજે)	
આજે બનેલી ખાસ બાબત	
આવતીકાલ માટેની પ્રેરણા	

આજનો સુવિચાર	
હું આભારી છું (સવારે)	
અગત્યના કાર્ય	
તમારી ખ્વાઈશ	
હું આભારી છું (સાંજે)	
આજે બનેલી ખાસ બાબત	
આવતીકાલ માટેની પ્રેરણા	

આજનો સુવિચાર	
હું આભારી છું (સવારે)	
અગત્યના કાર્ય	
તમારી ખ્વાઈશ	
હું આભારી છું (સાંજે)	
આજે બનેલી ખાસ બાબત	
આવતીકાલ માટેની પ્રેરણા	

આજનો સુવિચાર	
હું આભારી છું (સવારે)	
અગત્યના કાર્ય	
તમારી ખ્વાઈશ	
હું આભારી છું (સાંજે)	
આજે બનેલી ખાસ બાબત	
આવતીકાલ માટેની પ્રેરણા	

દિવસ / તા. ____________________ 241 / 365

આજનો સુવિચાર	
હું આભારી છું (સવારે)	
અગત્યના કાર્ય	
તમારી ખ્વાઈશ	
હું આભારી છું (સાંજે)	
આજે બનેલી ખાસ બાબત	
આવતીકાલ માટેની પ્રેરણા	

આજનો સુવિચાર	
હું આભારી છું (સવારે)	
અગત્યના કાર્ય	
તમારી ખ્વાઈશ	
હું આભારી છું (સાંજે)	
આજે બનેલી ખાસ બાબત	
આવતીકાલ માટેની પ્રેરણા	

આજનો સુવિચાર	
હું આભારી છું (સવારે)	
અગત્યના કાર્ય	
તમારી ખ્વાઈશ	
હું આભારી છું (સાંજે)	
આજે બનેલી ખાસ બાબત	
આવતીકાલ માટેની પ્રેરણા	

આજનો સુવિચાર	
હું આભારી છું (સવારે)	
અગત્યના કાર્ય	
તમારી ખ્વાઈશ	
હું આભારી છું (સાંજે)	
આજે બનેલી ખાસ બાબત	
આવતીકાલ માટેની પ્રેરણા	

આજનો સુવિચાર	
હું આભારી છું (સવારે)	
અગત્યના કાર્ય	
તમારી ખ્વાઈશ	
હું આભારી છું (સાંજે)	
આજે બનેલી ખાસ બાબત	
આવતીકાલ માટેની પ્રેરણા	

આજનો સુવિચાર	
હું આભારી છું (સવારે)	
અગત્યના કાર્ય	
તમારી ખ્વાઈશ	
હું આભારી છું (સાંજે)	
આજે બનેલી ખાસ બાબત	
આવતીકાલ માટેની પ્રેરણા	

આજનો સુવિચાર	
હું આભારી છું (સવારે)	
અગત્યના કાર્ય	
તમારી ખ્વાઈશ	
હું આભારી છું (સાંજે)	
આજે બનેલી ખાસ બાબત	
આવતીકાલ માટેની પ્રેરણા	

દિવસ / તા. ____________________

આજનો સુવિચાર	
હું આભારી છું (સવારે)	
અગત્યના કાર્ય	
તમારી ખ્વાઈશ	
હું આભારી છું (સાંજે)	
આજે બનેલી ખાસ બાબત	
આવતીકાલ માટેની પ્રેરણા	

આજનો સુવિચાર	
હું આભારી છું (સવારે)	
અગત્યના કાર્ય	
તમારી ખ્વાઈશ	
હું આભારી છું (સાંજે)	
આજે બનેલી ખાસ બાબત	
આવતીકાલ માટેની પ્રેરણા	

દિવસ / તા. ____________________

આજનો સુવિચાર	
હું આભારી છું (સવારે)	
અગત્યના કાર્ય	
તમારી ખ્વાઈશ	
હું આભારી છું (સાંજે)	
આજે બનેલી ખાસ બાબત	
આવતીકાલ માટેની પ્રેરણા	

દિવસ / તા. ____________________

આજનો સુવિચાર	
હું આભારી છું (સવારે)	
અગત્યના કાર્ય	
તમારી ખ્વાઈશ	
હું આભારી છું (સાંજે)	
આજે બનેલી ખાસ બાબત	
આવતીકાલ માટેની પ્રેરણા	

આજનો સુવિચાર	
હું આભારી છું (સવારે)	
અગત્યના કાર્ય	
તમારી ખ્વાઈશ	
હું આભારી છું (સાંજે)	
આજે બનેલી ખાસ બાબત	
આવતીકાલ માટેની પ્રેરણા	

આજનો સુવિચાર	
હું આભારી છું (સવારે)	
અગત્યના કાર્ય	
તમારી ખ્વાઈશ	
હું આભારી છું (સાંજે)	
આજે બનેલી ખાસ બાબત	
આવતીકાલ માટેની પ્રેરણા	

દિવસ / તા. ____________________

આજનો સુવિચાર	
હું આભારી છું (સવારે)	
અગત્યના કાર્ય	
તમારી ખ્વાઈશ	
હું આભારી છું (સાંજે)	
આજે બનેલી ખાસ બાબત	
આવતીકાલ માટેની પ્રેરણા	

આજનો સુવિચાર	
હું આભારી છું (સવારે)	
અગત્યના કાર્ય	
તમારી ખ્વાઈશ	
હું આભારી છું (સાંજે)	
આજે બનેલી ખાસ બાબત	
આવતીકાલ માટેની પ્રેરણા	

દિવસ / તા. ____________________

આજનો સુવિચાર	
હું આભારી છું (સવારે)	
અગત્યના કાર્ય	
તમારી ખ્વાઈશ	
હું આભારી છું (સાંજે)	
આજે બનેલી ખાસ બાબત	
આવતીકાલ માટેની પ્રેરણા	

દિવસ / તા. ____________________

આજનો સુવિચાર	
હું આભારી છું (સવારે)	
અગત્યના કાર્ય	
તમારી ખ્વાઈશ	
હું આભારી છું (સાંજે)	
આજે બનેલી ખાસ બાબત	
આવતીકાલ માટેની પ્રેરણા	

આજનો સુવિચાર	
હું આભારી છું (સવારે)	
અગત્યના કાર્ય	
તમારી ખ્વાઈશ	
હું આભારી છું (સાંજે)	
આજે બનેલી ખાસ બાબત	
આવતીકાલ માટેની પ્રેરણા	

દિવસ / તા. ____________________

આજનો સુવિચાર	
હું આભારી છું (સવારે)	
અગત્યના કાર્ય	
તમારી ખ્વાઈશ	
હું આભારી છું (સાંજે)	
આજે બનેલી ખાસ બાબત	
આવતીકાલ માટેની પ્રેરણા	

આજનો સુવિચાર	
હું આભારી છું (સવારે)	
અગત્યના કાર્ય	
તમારી ખ્વાઈશ	
હું આભારી છું (સાંજે)	
આજે બનેલી ખાસ બાબત	
આવતીકાલ માટેની પ્રેરણા	

આજનો સુવિચાર	
હું આભારી છું (સવારે)	
અગત્યના કાર્ય	
તમારી ખ્વાઈશ	
હું આભારી છું (સાંજે)	
આજે બનેલી ખાસ બાબત	
આવતીકાલ માટેની પ્રેરણા	

આજનો સુવિચાર	
હું આભારી છું (સવારે)	
અગત્યના કાર્ય	
તમારી ખ્વાઈશ	
હું આભારી છું (સાંજે)	
આજે બનેલી ખાસ બાબત	
આવતીકાલ માટેની પ્રેરણા	

આજનો સુવિચાર	
હું આભારી છું (સવારે)	
અગત્યના કાર્ય	
તમારી ખ્વાઈશ	
હું આભારી છું (સાંજે)	
આજે બનેલી ખાસ બાબત	
આવતીકાલ માટેની પ્રેરણા	

આજનો સુવિચાર	
હું આભારી છું (સવારે)	
અગત્યના કાર્ય	
તમારી ખ્વાઈશ	
હું આભારી છું (સાંજે)	
આજે બનેલી ખાસ બાબત	
આવતીકાલ માટેની પ્રેરણા	

આજનો સુવિચાર	
હું આભારી છું (સવારે)	
અગત્યના કાર્ય	
તમારી ખ્વાઈશ	
હું આભારી છું (સાંજે)	
આજે બનેલી ખાસ બાબત	
આવતીકાલ માટેની પ્રેરણા	

દિવસ / તા. ____________________

આજનો સુવિચાર	
હું આભારી છું (સવારે)	
અગત્યના કાર્ય	
તમારી ખ્વાઈશ	
હું આભારી છું (સાંજે)	
આજે બનેલી ખાસ બાબત	
આવતીકાલ માટેની પ્રેરણા	

આજનો સુવિચાર	
હું આભારી છું (સવારે)	
અગત્યના કાર્ય	
તમારી ખ્વાઈશ	
હું આભારી છું (સાંજે)	
આજે બનેલી ખાસ બાબત	
આવતીકાલ માટેની પ્રેરણા	

દિવસ / તા. ____________________ 268 / 365

આજનો સુવિચાર	
હું આભારી છું (સવારે)	
અગત્યના કાર્ય	
તમારી ખ્વાઈશ	
હું આભારી છું (સાંજે)	
આજે બનેલી ખાસ બાબત	
આવતીકાલ માટેની પ્રેરણા	

દિવસ / તા. ____________________

આજનો સુવિચાર	
હું આભારી છું (સવારે)	
અગત્યના કાર્ય	
તમારી ખ્વાઈશ	
હું આભારી છું (સાંજે)	
આજે બનેલી ખાસ બાબત	
આવતીકાલ માટેની પ્રેરણા	

આજનો સુવિચાર	
હું આભારી છું (સવારે)	
અગત્યના કાર્ય	
તમારી ખ્વાઈશ	
હું આભારી છું (સાંજે)	
આજે બનેલી ખાસ બાબત	
આવતીકાલ માટેની પ્રેરણા	

આજનો સુવિચાર	
હું આભારી છું (સવારે)	
અગત્યના કાર્ય	
તમારી ખ્વાઈશ	
હું આભારી છું (સાંજે)	
આજે બનેલી ખાસ બાબત	
આવતીકાલ માટેની પ્રેરણા	

દિવસ / તા. ____________________

આજનો સુવિચાર	
હું આભારી છું (સવારે)	
અગત્યના કાર્ય	
તમારી ખ્વાઈશ	
હું આભારી છું (સાંજે)	
આજે બનેલી ખાસ બાબત	
આવતીકાલ માટેની પ્રેરણા	

દિવસ / તા. ____________________

આજનો સુવિચાર	
હું આભારી છું (સવારે)	
અગત્યના કાર્ય	
તમારી ખ્વાઈશ	
હું આભારી છું (સાંજે)	
આજે બનેલી ખાસ બાબત	
આવતીકાલ માટેની પ્રેરણા	

આજનો સુવિચાર	
હું આભારી છું (સવારે)	
અગત્યના કાર્ય	
તમારી ખ્વાઈશ	
હું આભારી છું (સાંજે)	
આજે બનેલી ખાસ બાબત	
આવતીકાલ માટેની પ્રેરણા	

આજનો સુવિચાર	
હું આભારી છું (સવારે)	
અગત્યના કાર્ય	
તમારી ખ્વાઈશ	
હું આભારી છું (સાંજે)	
આજે બનેલી ખાસ બાબત	
આવતીકાલ માટેની પ્રેરણા	

આજનો સુવિચાર	
હું આભારી છું (સવારે)	
અગત્યના કાર્ય	
તમારી ખ્વાઈશ	
હું આભારી છું (સાંજે)	
આજે બનેલી ખાસ બાબત	
આવતીકાલ માટેની પ્રેરણા	

આજનો સુવિચાર	
હું આભારી છું (સવારે)	
અગત્યના કાર્ય	
તમારી ખ્વાઈશ	
હું આભારી છું (સાંજે)	
આજે બનેલી ખાસ બાબત	
આવતીકાલ માટેની પ્રેરણા	

દિવસ / તા. ____________________ 278 / 365

આજનો સુવિચાર	
હું આભારી છું (સવારે)	
અગત્યના કાર્ય	
તમારી ખ્વાઈશ	
હું આભારી છું (સાંજે)	
આજે બનેલી ખાસ બાબત	
આવતીકાલ માટેની પ્રેરણા	

આજનો સુવિચાર	
હું આભારી છું (સવારે)	
અગત્યના કાર્ય	
તમારી ખ્વાઈશ	
હું આભારી છું (સાંજે)	
આજે બનેલી ખાસ બાબત	
આવતીકાલ માટેની પ્રેરણા	

દિવસ / તા. ___________________ 280 / 365

આજનો સુવિચાર	
હું આભારી છું (સવારે)	
અગત્યના કાર્ય	
તમારી ખ્વાઈશ	
હું આભારી છું (સાંજે)	
આજે બનેલી ખાસ બાબત	
આવતીકાલ માટેની પ્રેરણા	

આજનો સુવિચાર	
હું આભારી છું (સવારે)	
અગત્યના કાર્ય	
તમારી ખ્વાઈશ	
હું આભારી છું (સાંજે)	
આજે બનેલી ખાસ બાબત	
આવતીકાલ માટેની પ્રેરણા	

આજનો સુવિચાર	
હું આભારી છું (સવારે)	
અગત્યના કાર્ય	
તમારી ખ્વાઈશ	
હું આભારી છું (સાંજે)	
આજે બનેલી ખાસ બાબત	
આવતીકાલ માટેની પ્રેરણા	

દિવસ / તા. ____________________ 283 / 365

આજનો સુવિચાર	
હું આભારી છું (સવારે)	
અગત્યના કાર્ય	
તમારી ખ્વાઈશ	
હું આભારી છું (સાંજે)	
આજે બનેલી ખાસ બાબત	
આવતીકાલ માટેની પ્રેરણા	

આજનો સુવિચાર	
હું આભારી છું (સવારે)	
અગત્યના કાર્ય	
તમારી ખ્વાઈશ	
હું આભારી છું (સાંજે)	
આજે બનેલી ખાસ બાબત	
આવતીકાલ માટેની પ્રેરણા	

આજનો સુવિચાર	
હું આભારી છું (સવારે)	
અગત્યના કાર્ય	
તમારી ખ્વાઈશ	
હું આભારી છું (સાંજે)	
આજે બનેલી ખાસ બાબત	
આવતીકાલ માટેની પ્રેરણા	

આજનો સુવિચાર	
હું આભારી છું (સવારે)	
અગત્યના કાર્ય	
તમારી ખ્વાઈશ	
હું આભારી છું (સાંજે)	
આજે બનેલી ખાસ બાબત	
આવતીકાલ માટેની પ્રેરણા	

આજનો સુવિચાર	
હું આભારી છું (સવારે)	
અગત્યના કાર્ય	
તમારી ખ્વાઈશ	
હું આભારી છું (સાંજે)	
આજે બનેલી ખાસ બાબત	
આવતીકાલ માટેની પ્રેરણા	

આજનો સુવિચાર	
હું આભારી છું (સવારે)	
અગત્યના કાર્ય	
તમારી ખ્વાઈશ	
હું આભારી છું (સાંજે)	
આજે બનેલી ખાસ બાબત	
આવતીકાલ માટેની પ્રેરણા	

આજનો સુવિચાર	
હું આભારી છું (સવારે)	
અગત્યના કાર્ય	
તમારી ખ્વાઈશ	
હું આભારી છું (સાંજે)	
આજે બનેલી ખાસ બાબત	
આવતીકાલ માટેની પ્રેરણા	

આજનો સુવિચાર	
હું આભારી છું (સવારે)	
અગત્યના કાર્ય	
તમારી ખ્વાઈશ	
હું આભારી છું (સાંજે)	
આજે બનેલી ખાસ બાબત	
આવતીકાલ માટેની પ્રેરણા	

આજનો સુવિચાર	
હું આભારી છું (સવારે)	
અગત્યના કાર્ય	
તમારી ખ્વાઈશ	
હું આભારી છું (સાંજે)	
આજે બનેલી ખાસ બાબત	
આવતીકાલ માટેની પ્રેરણા	

આજનો સુવિચાર	
હું આભારી છું (સવારે)	
અગત્યના કાર્ય	
તમારી ખ્વાઈશ	
હું આભારી છું (સાંજે)	
આજે બનેલી ખાસ બાબત	
આવતીકાલ માટેની પ્રેરણા	

આજનો સુવિચાર	
હું આભારી છું (સવારે)	
અગત્યના કાર્ય	
તમારી ખ્વાઈશ	
હું આભારી છું (સાંજે)	
આજે બનેલી ખાસ બાબત	
આવતીકાલ માટેની પ્રેરણા	

દિવસ / તા. ____________________

આજનો સુવિચાર	
હું આભારી છું (સવારે)	
અગત્યના કાર્ય	
તમારી ખ્વાઈશ	
હું આભારી છું (સાંજે)	
આજે બનેલી ખાસ બાબત	
આવતીકાલ માટેની પ્રેરણા	

આજનો સુવિચાર	
હું આભારી છું (સવારે)	
અગત્યના કાર્ય	
તમારી ખ્વાઈશ	
હું આભારી છું (સાંજે)	
આજે બનેલી ખાસ બાબત	
આવતીકાલ માટેની પ્રેરણા	

આજનો સુવિચાર	
હું આભારી છું (સવારે)	
અગત્યના કાર્ય	
તમારી ખ્વાઈશ	
હું આભારી છું (સાંજે)	
આજે બનેલી ખાસ બાબત	
આવતીકાલ માટેની પ્રેરણા	

આજનો સુવિચાર	
હું આભારી છું (સવારે)	
અગત્યના કાર્ય	
તમારી ખ્વાઈશ	
હું આભારી છું (સાંજે)	
આજે બનેલી ખાસ બાબત	
આવતીકાલ માટેની પ્રેરણા	

દિવસ / તા. ____________________ 298 / 365

આજનો સુવિચાર	
હું આભારી છું (સવારે)	
અગત્યના કાર્ય	
તમારી ખ્વાઈશ	
હું આભારી છું (સાંજે)	
આજે બનેલી ખાસ બાબત	
આવતીકાલ માટેની પ્રેરણા	

આજનો સુવિચાર	
હું આભારી છું (સવારે)	
અગત્યના કાર્ય	
તમારી ખ્વાઈશ	
હું આભારી છું (સાંજે)	
આજે બનેલી ખાસ બાબત	
આવતીકાલ માટેની પ્રેરણા	

દિવસ / તા. ____________

આજનો સુવિચાર	
હું આભારી છું (સવારે)	
અગત્યના કાર્ય	
તમારી ખ્વાઈશ	
હું આભારી છું (સાંજે)	
આજે બનેલી ખાસ બાબત	
આવતીકાલ માટેની પ્રેરણા	

દિવસ / તા. ____________________

આજનો સુવિચાર	
હું આભારી છું (સવારે)	
અગત્યના કાર્ય	
તમારી ખ્વાઈશ	
હું આભારી છું (સાંજે)	
આજે બનેલી ખાસ બાબત	
આવતીકાલ માટેની પ્રેરણા	

દિવસ / તા. ____________________ 302 / 365

આજનો સુવિચાર	
હું આભારી છું (સવારે)	
અગત્યના કાર્ય	
તમારી ખ્વાઈશ	
હું આભારી છું (સાંજે)	
આજે બનેલી ખાસ બાબત	
આવતીકાલ માટેની પ્રેરણા	

દિવસ / તા. ____________________

આજનો સુવિચાર	
હું આભારી છું (સવારે)	
અગત્યના કાર્ય	
તમારી ખ્વાઈશ	
હું આભારી છું (સાંજે)	
આજે બનેલી ખાસ બાબત	
આવતીકાલ માટેની પ્રેરણા	

આજનો સુવિચાર	
હું આભારી છું (સવારે)	
અગત્યના કાર્ય	
તમારી ખ્વાઈશ	
હું આભારી છું (સાંજે)	
આજે બનેલી ખાસ બાબત	
આવતીકાલ માટેની પ્રેરણા	

આજનો સુવિચાર	
હું આભારી છું (સવારે)	
અગત્યના કાર્ય	
તમારી ખ્વાઈશ	
હું આભારી છું (સાંજે)	
આજે બનેલી ખાસ બાબત	
આવતીકાલ માટેની પ્રેરણા	

આજનો સુવિચાર	
હું આભારી છું (સવારે)	
અગત્યના કાર્ય	
તમારી ખ્વાઈશ	
હું આભારી છું (સાંજે)	
આજે બનેલી ખાસ બાબત	
આવતીકાલ માટેની પ્રેરણા	

આજનો સુવિચાર	
હું આભારી છું (સવારે)	
અગત્યના કાર્ય	
તમારી ખ્વાઈશ	
હું આભારી છું (સાંજે)	
આજે બનેલી ખાસ બાબત	
આવતીકાલ માટેની પ્રેરણા	

દિવસ / તા. ____________________

આજનો સુવિચાર	
હું આભારી છું (સવારે)	
અગત્યના કાર્ય	
તમારી ખ્વાઈશ	
હું આભારી છું (સાંજે)	
આજે બનેલી ખાસ બાબત	
આવતીકાલ માટેની પ્રેરણા	

દિવસ / તા. ____________________

આજનો સુવિચાર	
હું આભારી છું (સવારે)	
અગત્યના કાર્ય	
તમારી ખ્વાઈશ	
હું આભારી છું (સાંજે)	
આજે બનેલી ખાસ બાબત	
આવતીકાલ માટેની પ્રેરણા	

આજનો સુવિચાર	
હું આભારી છું (સવારે)	
અગત્યના કાર્ય	
તમારી ખ્વાઈશ	
હું આભારી છું (સાંજે)	
આજે બનેલી ખાસ બાબત	
આવતીકાલ માટેની પ્રેરણા	

આજનો સુવિચાર	
હું આભારી છું (સવારે)	
અગત્યના કાર્ય	
તમારી ખ્વાઈશ	
હું આભારી છું (સાંજે)	
આજે બનેલી ખાસ બાબત	
આવતીકાલ માટેની પ્રેરણા	

દિવસ / તા. ____________________ 312 / 365

આજનો સુવિચાર	
હું આભારી છું (સવારે)	
અગત્યના કાર્ય	
તમારી ખ્વાઈશ	
હું આભારી છું (સાંજે)	
આજે બનેલી ખાસ બાબત	
આવતીકાલ માટેની પ્રેરણા	

આજનો સુવિચાર	
હું આભારી છું (સવારે)	
અગત્યના કાર્ય	
તમારી ખ્વાઈશ	
હું આભારી છું (સાંજે)	
આજે બનેલી ખાસ બાબત	
આવતીકાલ માટેની પ્રેરણા	

દિવસ / તા. ____________________

આજનો સુવિચાર	
હું આભારી છું (સવારે)	
અગત્યના કાર્ય	
તમારી ખ્વાઈશ	
હું આભારી છું (સાંજે)	
આજે બનેલી ખાસ બાબત	
આવતીકાલ માટેની પ્રેરણા	

આજનો સુવિચાર	
હું આભારી છું (સવારે)	
અગત્યના કાર્ય	
તમારી ખ્વાઈશ	
હું આભારી છું (સાંજે)	
આજે બનેલી ખાસ બાબત	
આવતીકાલ માટેની પ્રેરણા	

આજનો સુવિચાર	
હું આભારી છું (સવારે)	
અગત્યના કાર્ય	
તમારી ખ્વાઈશ	
હું આભારી છું (સાંજે)	
આજે બનેલી ખાસ બાબત	
આવતીકાલ માટેની પ્રેરણા	

આજનો સુવિચાર	
હું આભારી છું (સવારે)	
અગત્યના કાર્ય	
તમારી ખ્વાઈશ	
હું આભારી છું (સાંજે)	
આજે બનેલી ખાસ બાબત	
આવતીકાલ માટેની પ્રેરણા	

દિવસ / તા. ____________________

આજનો સુવિચાર	
હું આભારી છું (સવારે)	
અગત્યના કાર્ય	
તમારી ખ્વાઈશ	
હું આભારી છું (સાંજે)	
આજે બનેલી ખાસ બાબત	
આવતીકાલ માટેની પ્રેરણા	

આજનો સુવિચાર	
હું આભારી છું (સવારે)	
અગત્યના કાર્ય	
તમારી ખ્વાઈશ	
હું આભારી છું (સાંજે)	
આજે બનેલી ખાસ બાબત	
આવતીકાલ માટેની પ્રેરણા	

દિવસ / તા. ____________________

આજનો સુવિચાર	
હું આભારી છું (સવારે)	
અગત્યના કાર્ય	
તમારી ખ્વાઈશ	
હું આભારી છું (સાંજે)	
આજે બનેલી ખાસ બાબત	
આવતીકાલ માટેની પ્રેરણા	

આજનો સુવિચાર	
હું આભારી છું (સવારે)	
અગત્યના કાર્ય	
તમારી ખ્વાઈશ	
હું આભારી છું (સાંજે)	
આજે બનેલી ખાસ બાબત	
આવતીકાલ માટેની પ્રેરણા	

આજનો સુવિચાર	
હું આભારી છું (સવારે)	
અગત્યના કાર્ય	
તમારી ખ્વાઈશ	
હું આભારી છું (સાંજે)	
આજે બનેલી ખાસ બાબત	
આવતીકાલ માટેની પ્રેરણા	

આજનો સુવિચાર	
હું આભારી છું (સવારે)	
અગત્યના કાર્ય	
તમારી ખ્વાઈશ	
હું આભારી છું (સાંજે)	
આજે બનેલી ખાસ બાબત	
આવતીકાલ માટેની પ્રેરણા	

આજનો સુવિચાર	
હું આભારી છું (સવારે)	
અગત્યના કાર્ય	
તમારી ખ્વાઈશ	
હું આભારી છું (સાંજે)	
આજે બનેલી ખાસ બાબત	
આવતીકાલ માટેની પ્રેરણા	

આજનો સુવિચાર	
હું આભારી છું (સવારે)	
અગત્યના કાર્ય	
તમારી ખ્વાઈશ	
હું આભારી છું (સાંજે)	
આજે બનેલી ખાસ બાબત	
આવતીકાલ માટેની પ્રેરણા	

આજનો સુવિચાર	
હું આભારી છું (સવારે)	
અગત્યના કાર્ય	
તમારી ખ્વાઈશ	
હું આભારી છું (સાંજે)	
આજે બનેલી ખાસ બાબત	
આવતીકાલ માટેની પ્રેરણા	

દિવસ / તા. ____________________

આજનો સુવિચાર	
હું આભારી છું (સવારે)	
અગત્યના કાર્ય	
તમારી ખ્વાઈશ	
હું આભારી છું (સાંજે)	
આજે બનેલી ખાસ બાબત	
આવતીકાલ માટેની પ્રેરણા	

દિવસ / તા. ____________________

આજનો સુવિચાર	
હું આભારી છું (સવારે)	
અગત્યના કાર્ય	
તમારી ખ્વાઈશ	
હું આભારી છું (સાંજે)	
આજે બનેલી ખાસ બાબત	
આવતીકાલ માટેની પ્રેરણા	

આજનો સુવિચાર	
હું આભારી છું (સવારે)	
અગત્યના કાર્ય	
તમારી ખ્વાઈશ	
હું આભારી છું (સાંજે)	
આજે બનેલી ખાસ બાબત	
આવતીકાલ માટેની પ્રેરણા	

દિવસ / તા. ____________________ 330 / 365

આજનો સુવિચાર	
હું આભારી છું (સવારે)	
અગત્યના કાર્ય	
તમારી ખ્વાઈશ	
હું આભારી છું (સાંજે)	
આજે બનેલી ખાસ બાબત	
આવતીકાલ માટેની પ્રેરણા	

આજનો સુવિચાર	
હું આભારી છું (સવારે)	
અગત્યના કાર્ય	
તમારી ખ્વાઈશ	
હું આભારી છું (સાંજે)	
આજે બનેલી ખાસ બાબત	
આવતીકાલ માટેની પ્રેરણા	

દિવસ / તા. ____________________

આજનો સુવિચાર	
હું આભારી છું (સવારે)	
અગત્યના કાર્ય	
તમારી ખ્વાઈશ	
હું આભારી છું (સાંજે)	
આજે બનેલી ખાસ બાબત	
આવતીકાલ માટેની પ્રેરણા	

આજનો સુવિચાર	
હું આભારી છું (સવારે)	
અગત્યના કાર્ય	
તમારી ખ્વાઈશ	
હું આભારી છું (સાંજે)	
આજે બનેલી ખાસ બાબત	
આવતીકાલ માટેની પ્રેરણા	

આજનો સુવિચાર	
હું આભારી છું (સવારે)	
અગત્યના કાર્ય	
તમારી ખ્વાઈશ	
હું આભારી છું (સાંજે)	
આજે બનેલી ખાસ બાબત	
આવતીકાલ માટેની પ્રેરણા	

આજનો સુવિચાર	
હું આભારી છું (સવારે)	
અગત્યના કાર્ય	
તમારી ખ્વાઈશ	
હું આભારી છું (સાંજે)	
આજે બનેલી ખાસ બાબત	
આવતીકાલ માટેની પ્રેરણા	

દિવસ / તા. ____________________ 336 / 365

આજનો સુવિચાર	
હું આભારી છું (સવારે)	
અગત્યના કાર્ય	
તમારી ખ્વાઈશ	
હું આભારી છું (સાંજે)	
આજે બનેલી ખાસ બાબત	
આવતીકાલ માટેની પ્રેરણા	

આજનો સુવિચાર	
હું આભારી છું (સવારે)	
અગત્યના કાર્ય	
તમારી ખ્વાઈશ	
હું આભારી છું (સાંજે)	
આજે બનેલી ખાસ બાબત	
આવતીકાલ માટેની પ્રેરણા	

આજનો સુવિચાર	
હું આભારી છું (સવારે)	
અગત્યના કાર્ય	
તમારી ખ્વાઈશ	
હું આભારી છું (સાંજે)	
આજે બનેલી ખાસ બાબત	
આવતીકાલ માટેની પ્રેરણા	

આજનો સુવિચાર	
હું આભારી છું (સવારે)	
અગત્યના કાર્ય	
તમારી ખ્વાઈશ	
હું આભારી છું (સાંજે)	
આજે બનેલી ખાસ બાબત	
આવતીકાલ માટેની પ્રેરણા	

આજનો સુવિચાર	
હું આભારી છું (સવારે)	
અગત્યના કાર્ય	
તમારી ખ્વાઈશ	
હું આભારી છું (સાંજે)	
આજે બનેલી ખાસ બાબત	
આવતીકાલ માટેની પ્રેરણા	

આજનો સુવિચાર	
હું આભારી છું (સવારે)	
અગત્યના કાર્ય	
તમારી ખ્વાઈશ	
હું આભારી છું (સાંજે)	
આજે બનેલી ખાસ બાબત	
આવતીકાલ માટેની પ્રેરણા	

આજનો સુવિચાર	
હું આભારી છું (સવારે)	
અગત્યના કાર્ય	
તમારી ખ્વાઈશ	
હું આભારી છું (સાંજે)	
આજે બનેલી ખાસ બાબત	
આવતીકાલ માટેની પ્રેરણા	

આજનો સુવિચાર	
હું આભારી છું (સવારે)	
અગત્યના કાર્ય	
તમારી ખ્વાઈશ	
હું આભારી છું (સાંજે)	
આજે બનેલી ખાસ બાબત	
આવતીકાલ માટેની પ્રેરણા	

આજનો સુવિચાર	
હું આભારી છું (સવારે)	
અગત્યના કાર્ય	
તમારી ખ્વાઈશ	
હું આભારી છું (સાંજે)	
આજે બનેલી ખાસ બાબત	
આવતીકાલ માટેની પ્રેરણા	

આજનો સુવિચાર	
હું આભારી છું (સવારે)	
અગત્યના કાર્ય	
તમારી ખ્વાઈશ	
હું આભારી છું (સાંજે)	
આજે બનેલી ખાસ બાબત	
આવતીકાલ માટેની પ્રેરણા	

દિવસ / તા. ____________________ 346 / 365

આજનો સુવિચાર	
હું આભારી છું (સવારે)	
અગત્યના કાર્ય	
તમારી ખ્વાઈશ	
હું આભારી છું (સાંજે)	
આજે બનેલી ખાસ બાબત	
આવતીકાલ માટેની પ્રેરણા	

દિવસ / તા. ____________________

આજનો સુવિચાર	
હું આભારી છું (સવારે)	
અગત્યના કાર્ય	
તમારી ખ્વાઈશ	
હું આભારી છું (સાંજે)	
આજે બનેલી ખાસ બાબત	
આવતીકાલ માટેની પ્રેરણા	

દિવસ / તા. ____________________ 348 / 365

આજનો સુવિચાર	
હું આભારી છું (સવારે)	
અગત્યના કાર્ય	
તમારી ખ્વાઈશ	
હું આભારી છું (સાંજે)	
આજે બનેલી ખાસ બાબત	
આવતીકાલ માટેની પ્રેરણા	

આજનો સુવિચાર	
હું આભારી છું (સવારે)	
અગત્યના કાર્ય	
તમારી ખ્વાઈશ	
હું આભારી છું (સાંજે)	
આજે બનેલી ખાસ બાબત	
આવતીકાલ માટેની પ્રેરણા	

આજનો સુવિચાર	
હું આભારી છું (સવારે)	
અગત્યના કાર્ય	
તમારી ખ્વાઈશ	
હું આભારી છું (સાંજે)	
આજે બનેલી ખાસ બાબત	
આવતીકાલ માટેની પ્રેરણા	

આજનો સુવિચાર	
હું આભારી છું (સવારે)	
અગત્યના કાર્ય	
તમારી ખ્વાઈશ	
હું આભારી છું (સાંજે)	
આજે બનેલી ખાસ બાબત	
આવતીકાલ માટેની પ્રેરણા	

આજનો સુવિચાર	
હું આભારી છું (સવારે)	
અગત્યના કાર્ય	
તમારી ખ્વાઈશ	
હું આભારી છું (સાંજે)	
આજે બનેલી ખાસ બાબત	
આવતીકાલ માટેની પ્રેરણા	

દિવસ / તા. ____________________

આજનો સુવિચાર	
હું આભારી છું (સવારે)	
અગત્યના કાર્ય	
તમારી ખ્વાઈશ	
હું આભારી છું (સાંજે)	
આજે બનેલી ખાસ બાબત	
આવતીકાલ માટેની પ્રેરણા	

આજનો સુવિચાર	
હું આભારી છું (સવારે)	
અગત્યના કાર્ય	
તમારી ખ્વાઈશ	
હું આભારી છું (સાંજે)	
આજે બનેલી ખાસ બાબત	
આવતીકાલ માટેની પ્રેરણા	

દિવસ / તા. ____________________

આજનો સુવિચાર	
હું આભારી છું (સવારે)	
અગત્યના કાર્ય	
તમારી ખ્વાઈશ	
હું આભારી છું (સાંજે)	
આજે બનેલી ખાસ બાબત	
આવતીકાલ માટેની પ્રેરણા	

દિવસ / તા. ____________________

આજનો સુવિચાર	
હું આભારી છું (સવારે)	
અગત્યના કાર્ય	
તમારી ખ્વાઈશ	
હું આભારી છું (સાંજે)	
આજે બનેલી ખાસ બાબત	
આવતીકાલ માટેની પ્રેરણા	

આજનો સુવિચાર	
હું આભારી છું (સવારે)	
અગત્યના કાર્ય	
તમારી ખ્વાઈશ	
હું આભારી છું (સાંજે)	
આજે બનેલી ખાસ બાબત	
આવતીકાલ માટેની પ્રેરણા	

આજનો સુવિચાર	
હું આભારી છું (સવારે)	
અગત્યના કાર્ય	
તમારી ખ્વાઈશ	
હું આભારી છું (સાંજે)	
આજે બનેલી ખાસ બાબત	
આવતીકાલ માટેની પ્રેરણા	

દિવસ / તા. ____________________

આજનો સુવિચાર	
હું આભારી છું (સવારે)	
અગત્યના કાર્ય	
તમારી ખ્વાઈશ	
હું આભારી છું (સાંજે)	
આજે બનેલી ખાસ બાબત	
આવતીકાલ માટેની પ્રેરણા	

આજનો સુવિચાર	
હું આભારી છું (સવારે)	
અગત્યના કાર્ય	
તમારી ખ્વાઈશ	
હું આભારી છું (સાંજે)	
આજે બનેલી ખાસ બાબત	
આવતીકાલ માટેની પ્રેરણા	

આજનો સુવિચાર	
હું આભારી છું (સવારે)	
અગત્યના કાર્ય	
તમારી ખ્વાઈશ	
હું આભારી છું (સાંજે)	
આજે બનેલી ખાસ બાબત	
આવતીકાલ માટેની પ્રેરણા	

દિવસ / તા. ____________________ 362 / 365

આજનો સુવિચાર	
હું આભારી છું (સવારે)	
અગત્યના કાર્ય	
તમારી ખ્વાઈશ	
હું આભારી છું (સાંજે)	
આજે બનેલી ખાસ બાબત	
આવતીકાલ માટેની પ્રેરણા	

દિવસ / તા. ____________________

આજનો સુવિચાર	
હું આભારી છું (સવારે)	
અગત્યના કાર્ય	
તમારી ખ્વાઈશ	
હું આભારી છું (સાંજે)	
આજે બનેલી ખાસ બાબત	
આવતીકાલ માટેની પ્રેરણા	

આજનો સુવિચાર	
હું આભારી છું (સવારે)	
અગત્યના કાર્ય	
તમારી ખ્વાઈશ	
હું આભારી છું (સાંજે)	
આજે બનેલી ખાસ બાબત	
આવતીકાલ માટેની પ્રેરણા	

દિવસ / તા. ____________________

આજનો સુવિચાર	
હું આભારી છું (સવારે)	
અગત્યના કાર્ય	
તમારી ખ્વાઈશ	
હું આભારી છું (સાંજે)	
આજે બનેલી ખાસ બાબત	
આવતીકાલ માટેની પ્રેરણા	

મન પ્રફુલ્લિત રમતો

“જીવન એક ચમત્કારિક રમત છે, તેની હાર મા પણ એક ગમ્મત છે.”

આપણા જીવનમાં રમત - ગમત , ખેલ - કૂદ , ગેલ - ગમ્મ્ત વગેરેનું ખુબ મહત્વ છે. આ બધી પ્રવૃત્તિ કરવાથી આપણામાં ઉત્સાહ, ઉમઁગ, હકારાત્મક ઊર્જા મળે છે. આપણે લોકો સાથે હળીએ - મળીએ છીએ. અહીંયા આપેલી રમતો તમે કોઈ પણ સમયે રમી શકો છો. તમારા પરિવાર સાથે, મિત્રો સાથે, ઓફિસમાં સહકર્મીઓ સાથે. આ રમતો ખુબ જાણીતી છે અને મને આશા છે કે આ રમતો રમીને તમને આનંદ પ્રાપ્ત થશે.

કલરની રમત

આ રમત રમવા માટે તમારે અલગ અલગ કલર ના કાગળ (લાલ, પીળો, લીલો, ભૂરો વગેરે) જેટલા વ્યક્તિ હોય તેને વહેંચી દયો. દરેક વ્યક્તિ પાસે અલગ કલર હોવો જોઈએ.

હવે તમારે એ જ કલર વાળી વસ્તુઓ અલગ અલગ જગ્યા એ ગોઠવવાની છે. પણ આ વસ્તુઓનો જૂથ સમાન રંગનો હોવો જોઈએ જેમ કે 5 વસ્તુઓ લાલ રંગની, 5 વસ્તુઓ પીળા રંગની, 5 વસ્તુઓ લીલા રંગની વગેરે.

હવે ટાઈમર સ્ટાર્ટ કરીને કોઈ ચોક્કસ સમય પહેલા એ વક્તિઓએ એમની પાસે જે કલર છે એ જ કલરવાળી વસ્તુઓ એકઠી કરવાની છે. જે સૌથી વધુ વસ્તુ નિર્ધારિત સમયમાં લઈને આવે છે એ હશે વિજેતા.

વિજેતા ઘોષિત થઇ જાય એટલે તમારે એક સવાલ કરવાનો છે. જયારે દરેક વ્યક્તિ જે કલરની વસ્તુ શોધતા હતા ત્યારે એમને કોઈ બીજો કલર દેખાતો હતો?

જવાબ હશે ના , કેમ કે દરેક નું ફોકસ એમને પાસે રહેલા કલરનું અને એને લગતી વસ્તુઓ શોધવામાં હતું. ખરુંને ? બસ આમ જ તમને તમારે તમારા લક્ષ્ય પર ફોકસ હોવું જોઈએ.

પાસિંગ ધ પિલ્લો

આ રમત ખુબ પ્રચલિત છે. તમારે ૩૦-૪૦ જેટલા કાર્ડ લેવાના છે એમાં અલગ અલગ પ્રવૃતિઓ લખો.

એ બધા કાર્ડને એક બોક્સમાં મુકો. અને એના ફરતે બેસી જાવ. એક નાનો તકિયો લ્યો અને મ્યુઝિક શરૂ કરો. કોઈ એક વ્યક્તિ મ્યુઝિક પ્લે અને પોઝ કરવા માટે રહેશે.

જયારે મ્યુઝિક અટકે છે અને જે વ્યક્તિ પાસે એ તકિયો છે. એને જઈને બોક્સમાંથી એક કાર્ડ લેવાનું છે અને એમાં લખેલી પ્રવૃત્તિ કરવાની છે.

તમારું ધ્યાન મ્યુઝિક પર કેન્દ્રિત કરો, અને જો એકદમ અંતઃકરણથી કરશો તો એવું પણ બને કે તમને અગાઉથીજ અંદેશો થઇ જાય કે મ્યુઝિક ક્યારે ઉભું રહશે.

સંગીત ખુરશી

નાનપણથી આપણે આ રમત રમ્યા જ છીએ. જુદી જુદી રીતે અને જુદા જુદા સમયે.

જેટલાં લોકો હોય તેનાથી એક ખુરશી ઓછી રાખવાની હોય. સંગીત વાગે એટલે બધાં લોકો ખુરશીઓની લાઈનની આજુબાજુ દોડે, અને જેવું સંગીત બંધ થાય કે બધા એ ખુરશી પર બેસી જાય, જે બાકી રહી જાય એટલે કે જેને બેસવા માટે ખુરશી ન મળે તે રમતની બહાર.

આમ રમત આગળ વધતી જાય અને ખુરશીઓ એક પછી એક ઓછી થતી જાય છેલ્લે બે ખુરશી અને ત્રણ લોકો અને પછી એક જ ખુરશી અને બે લોકો. અને છેલ્લે જે વ્યક્તિ ખુરશી પર બેસે તે જીતી જાય.

ચલો ચલો તમારી ખુશીની ખુરશી શોધી લ્યો.

વિઝ્યુઅલ ઈમેજીનરી (કલ્પનાઓ)

આ રમતમાં કોઈ એક વ્યક્તિ વિઝ્યુઅલ ઈમેજની પ્રક્રિયા દ્વારા દરેક લોકોને એ માટે માર્ગદર્શન પૂરું પાડશે. જે વ્યક્તિ વિઝ્યુઅલ ઈમેજની પ્રક્રિયાનું માર્ગદર્શન કરે છે એ શાંત અને ધીમા અવાજે દરેક દ્રશ્ય વચ્ચે પૂરતો સમય આપશે. અને દરેક લોકો માટે વિઝનમાં "સરળતા" રહે એ રીતે અને દરેક દ્રશ્ય જોવા માટે વિગતે સૂચન આપશે.

ઉદાહરણ તરીકે

- બધા લોકો આરામથી બેસે. તમારી આંખો આરામથી બંધ કરો.
- તમારા મનની આંખમાં એક સુંદર બીચ “જુઓ”. તમારી સામે સાંજનો ઢળતો સૂર્ય છે. હૂંફાળું ચમકતું પાણી અને મોજાઓનો અવાજને અનુભવો.
- સમુદ્રમાંથી આવતી નરમ અને ગરમ હવા તમારી હથેળીને સ્પર્શે છે.
- નાળિયેરીના વૃક્ષો ઉપર થોડા નાળિયેર છે.
- રેતીમાં ઉઘાડા પગે ચાલવાની કલ્પના કરો.
- દરેક પગલા સાથે તમારા પગ રેતીમાં ડૂબી ગયા હોવાનો અનુભવ કરો. સમુદ્રની રેતીને મહેસૂસ કરો.
- પાણીની ધાર તરફ ચાલો અને પાણીને તમારા પગ પર વળવા દો.
- પાણીની અંદર કૂદકો લગાવો, પાણી સામાન્ય ગરમ, સૌમ્ય અને ખૂબ જ પ્રેરણાદાયક છે.
- પાણીમાંથી બહાર આવો અને તમારા મોટા ટુવાલ પર સૂઈ જાઓ અને આરામ કરો.
- તમારી આસપાસની બધી શાંતિ અને સુંદરતાની કલ્પના કરો કે તે કેવી દેખાય છે, તે કેવી રીતે અવાજો કરે છે, સમુદ્રની સુગંધને મહેસૂસ કરો.

- સમુદ્રની હવાનો ઊંડો શ્વાસ લો, એને જ્યારે તમે શ્વાસ છોડવા માટે તૈયાર હોવ, ત્યારે પાણીની ધાર પર જાઓ.
- એક મોટો ખડક તમારા માથા ઉપર છે (મુસીબતોનો બોજો). જે કંઈપણ તમને પરેશાન કરી રહ્યું છે, કંઈપણ તણાવ કે મુસીબત. તમે જેમાંથી છૂટકારો મેળવવા માંગો છો હવે એ ખડકને જોરથી સમુદ્રમાં ફેંકી દો, તેને ડૂબતા જુઓ.
- હવે એ ખડક રૂપી મુસીબતો તમારી જિંદગીમાંથી જતી રહી છે. તમેં રાહતનો શ્વાસ લ્યો.
- બોજ મુક્ત કરવા બદલ સમુદ્રનો આભાર માનો, પછી ગરમ રેતીમાંથી શાંતિથી પાછા ફરો અને તમારા મોટા ટુવાલ પર આરામ કરો.

આ અભ્યાસથી દરેક લોકોની વિઝ્યુઅલ ઈમેજીનરી શક્તિ વધશે.

પેપર મોઝેઇક

પેપર મોઝેઇકની પ્રવૃત્તિ કે રમત સાવ સરળ છે. સૌથી પહેલા એક પેન અને પેપર લ્યો. તમને મનગમતું ચિત્ર દોરો. ધારોકે હાથીનું ચિત્ર બનાવીએ છીએ.

ચિત્ર દોરાઈ જાય પછી અલગ અલગ રંગબેરંગી કાગળના ટુકડાઓને (ટાઈલ્સ) ચિત્રના આકાર / રૂપરેખામાં રહીને ગુંદર વડે ચીપકાવો.

તમારું મોઝેક બની જાય એટલે સહુને બતાવો. સ્મિત કરો.

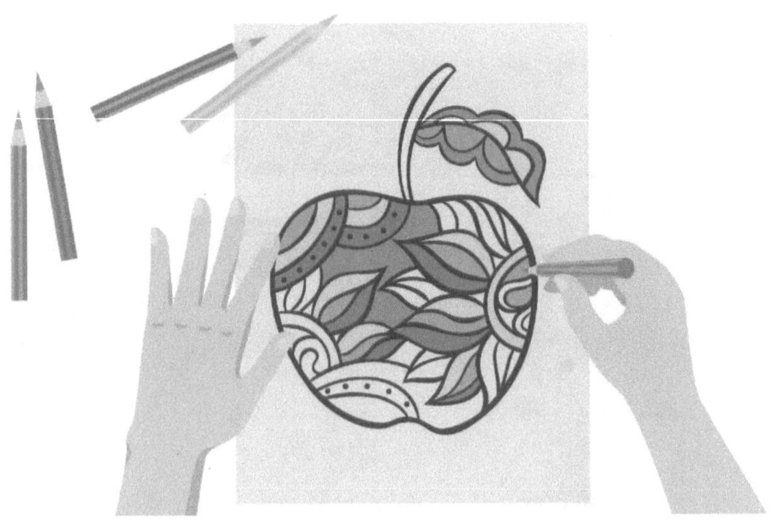

મારા માતા પિતાને પત્ર

પ્રેમાળ માતા પિતા,

તમને વંદન કરું છું.
તમે મને જન્મ આપ્યો અને મને મોટો કરીને આ દુનિયામાં પોતાના પગભર ઉભો રહેવા માટે લાયક બનાવ્યો તે માટે હું તમારો આભારી છું. જાણે અજાણે મારા દ્વારા તમારા પર થયેલો ગુસ્સો અને દુર્વ્યવહાર માટે દિલથી માફી ચાહું છું. તમે મારા માટે જે કંઈ પણ કર્યું છે તે બદલ હું જિંદગીભર તમારો ઋણી રહીશ.

સપ્રેમ,
નિરવ

બસ આટલું બોલો - બસ આટલું કરો

બસ આટલું બોલો

- હું ખુબ સુખી છું.
- હું એકદમ શાંત છું.
- મારી પાસે ખુબ ધન છે.
- હું એકદમ તંદુરસ્ત છું.
- મારા દરેક કાર્યો સફળ છે.
- હું મારા માતા પિતાને તથા સમગ્ર પરિવાને ખુબ ચાહું છું અને એમનો આદર કરું છું
- મારો દિવસ શુભ અને ઉત્પાદક (પ્રોડકટીવ) રહે.
- હું સહુનો ખુબ આભારી છું.
- હરે કૃષ્ણ હરે કૃષ્ણ , કૃષ્ણ કૃષ્ણ હરે હરે , હરે રામ હરે રામ , રામ રામ હરે હરે

બસ આટલું કરો

- વધુ પડતા વિચારો આવે તો => **નોટબૂક ખોલી ને લખવા લાગો.**
- બેચેની થાય તો => **ધ્યાન કરો**
- ઉદાસી અનુભવાય તો => **કસરત કરો**
- તણાવ અનુભવાય તો => **ચાલવા જાઓ**
- માનસિક થાક અનુભવાય તો => **પુસ્તક વાંચો**
- ગુસ્સો આવે તો => **મ્યુઝિક સાંભળો, ઘડિયાળની સામે જોઈને ૧૨૦ - ૧૫૦ સેકન્ડ ગણો.**
- થકાન અનુભવાય તો => **૧૦ મિનિટ નું ઝોકું ખાઈ લ્યો.**
- આળસ આવે તો => **સ્ક્રીનનો સમય ઘટાડો.**

ખાસ નોંધ: પુસ્તકની શરૂઆતમાં આપેલા યોગ, કસરત તથા મોર્નિંગ વોક ની જાણકારી લખાણ સ્વરૂપમાં હોવાથી કદાચ તમને બહુ ના સમજાય તો યુટ્યૂબમાં યોગ્ય વિડિઓ જોવો. વધુમાં તમને જરૂર પડે તો આપના તબીબ અથવા આ બાબતના તજજ્ઞનો સંપર્ક કરીને જરૂરી પૂછપરછ કરી શકો છો.

આભાર

ટૂંકમાં સવારે વહેલા ઉઠો, સ્મિત કરો, આભારી બનો, કસરત કરો, દિવસનું આયોજન કરો, દિવસ દરમિયાન કોઈ પણ પરિસ્થિતિમાં હકારાત્મક બની રહેવાની તરકીબો અપનાવો. જીવનમાં જેટલી બને એટલી આધ્યાત્મિકતા લાવો. પ્રાણીઓ અને મનુષ્યો વચ્ચેનો મુખ્ય ભેદ એ જ છે કે મનુષ્યો એટલે કે આપણે આધ્યાત્મિક બનીને પ્રભુ ભક્તિમાં લીન થઇ શકીએ છીએ. ઈશ્વરને સાચા હૃદયથી પ્રેમ કરો.

તમે પુસ્તકને નહિ પરંતુ પુસ્તક તમને પસંદ કરે છે. આ પુસ્તકે તમને પસંદ કર્યું છે તો એનો તમને ભરપૂર ફાયદો મળે. તમારાં બધા સપનાઓ સફળ બને, તમે સુખી થાઓ એવા ધ્યેય સાથે સહુને
જય શ્રી કૃષ્ણ. હર હર મહાદેવ.

www.ingramcontent.com/pod-product-compliance
Lightning Source LLC
LaVergne TN
LVHW041136150826
845673LV00001B/12

9798891339378